सावित्रीबाई फुले पुणे विद्यापीठाच्या ऑगस्ट २०२३ पासून सुरू झालेल्या एम. ए.
अर्थशास्त्र (कृषी अर्थशास्त्र) (ECO-511 ME) या विषयाच्या अभ्यासक्रमासाठी
व इतर विद्यापीठांच्या संबंधित अभ्यासक्रमासाठी उपयुक्त पुस्तक

AF747500

अर्थशास्त्र
(कृषी अर्थशास्त्र)
(ECO-511 ME)
M. A. - I (Sem. - I)

As per New Education Policy (2020)

डॉ. उमेश चिंधु भोकसे

(एम.ए,. बी.एड,. एम.फिल., पीएच.डी.)

सी.एस.एम. आर्टस् ॲण्ड कॉमर्स कॉलेज, चाकण, जि. पुणे.

२०२३

SUCCESS PUBLICATIONS

प्रकाशक :
डॉ. राजेश पाटणे
सक्सेस पब्लिकेशन्स
राधाकृष्ण अपार्टमेंट, ५३५ शनिवार पेठ,
आप्पा बळवंत चौक, प्रभात टॉकिज समोर, पुणे ४११ ०३०
फोन नं : ०२०-२४४३४६६२
मोबा. - ९३२५३१५४६४

आवृत्ती
२०२३

संपादक
श्री. वाल्मिक गायकवाड

अक्षरजुळणी :
कु. वर्षा लोखंडे

मुखपृष्ठ :
कु. वर्षा लोखंडे

***ISBN NO.* - 978-81-19180-95-0**

प्रस्तावना

सावित्रीबाई फुले पुणे विद्यापीठाच्या एम.ए. या शैक्षणिक वर्षासाठीच्या अभ्यासक्रमात या वर्षापासून सुधारणा करण्यात आली आहे. नवीन शैक्षणिक धोरण २०२० ची अंमलबजावणी करण्यात आली आहे. अर्थशास्त्र (कृषी अर्थशास्त्र) (ECO-511 ME) या पेपरच्या अभ्यासक्रमात करण्यात आलेल्या सुधारणांची ऑगस्ट २०२३ पासून अंमलबजावणी होत आहे. या सुधारित अभ्यासक्रमासाठी उपयुक्त असलेले पुस्तक आपल्या हाती देताना विशेष आनंद होत आहे. प्रस्तुत पुस्तकात कृषी अर्थशास्त्राबाबत महत्त्वपूर्ण विवचेन करण्यात आले आहे. त्यामुळे या पुस्तकाचे स्वागत विद्यार्थी व प्राध्यापक करतील हा विश्वास आहे.

प्रस्तुत पुस्तकाच्या सुरूवातीला देशाच्या अर्थव्यवस्थेमध्ये शेती क्षेत्राची असणारी भूमिका व त्या अनुषंगाने येणारे घटक यांच्यावर प्रकाश टाकण्यात आला आहे. दुसऱ्या प्रकरणात शेतीची उत्पादकता आणि कृषी क्षेत्रात राष्ट्रीय रोजगार हमी योजनेची भूमिका या घटकांचा सविस्तरपणे अभ्यास करण्यात आला आहे. पुस्तकाच्या तिसऱ्या प्रकरणात कृषी पतपुरवठा व कृषी विपणन या घटकांचा आढावा घेण्यात आला आहे. कृषी पतपुरवठ्यात नाबार्ड, व्यापारी बँका आणि सहकारी संस्थांची भूमिका याबाबत सखोल विवेचन करण्यात आले आहे. पुस्तकाच्या शेवटच्या प्रकरणात अन्न सुरक्षा, कृषी आणि उद्योग, शाश्वत शेती तसेच जागतिक व्यापार संघटना आणि तिचे करार याबाबत सविस्तर माहिती देण्यात आली आहे. एकूणच कृषी अर्थशास्त्राबाबत स्पष्टीकरण देणारे हे एक उपयुक्त पुस्तक आहे.

पुस्तक लेखनासाठी अनेक संदर्भ ग्रंथांची मदत झाली. पुस्तक लेखनाच्या बाबतीत महाविद्यालयाचे प्राचार्य, व्यवस्थापन सदस्य, सहकारी प्राध्यापक व प्राध्यापकेतर कर्मचारी, अभ्यासमंडळ सदस्य, विविध ग्रंथालयाचे ग्रंथपाल, विविध महाविद्यालयातील प्राध्यापक मित्र यांचे सहकार्य व प्रोत्साहन मिळाले. संदर्भ ग्रंथांच्या लेखकांसहीत इतर सर्वांविषयी मी कृतज्ञता व्यक्त करतो. तसेच पुस्तकाचे प्रकाशक डॉ. राजेश पाटणे व सौ. विद्या पाटणे आणि सक्सेस पब्लिकेशन मधील कर्मचारी वर्ग यांच्याविषयी देखील मी कृतज्ञता व्यक्त करतो.

With best wishes.

By Author

Syllabus

M. A. - I (Sem. - I)

Economics (Agricultural Economics) (ECO-511 ME)

Unit	Contents	Lectures
1.	**Introduction to Agricultural Economics** **1.1** Definition, Nature & Scope of Agricultural Economics. **1.2** Role of Agriculture in Economic Development. **1.3** Agrarian Structure in India in a Liberalizing and Globalizing Economy. **1.4** Need for Policy Intervention–Productivity, Equity and Sustainability. **1.5** Challenges to Indian Agriculture- Productivity, Supply of Credit, Marketing etc.	**15**
2.	**Agriculture Productivity** **2.1** Concept of Agricultural Productivity. **2.2** Causes of Low Agricultural Productivity in India. **2.3** Measures to Increase of Agricultural Productivity in India. **2.4** Trends in Agricultural Productivity in India since 1991. **2.5** Role of National Employment Guarantee Scheme in Agriculture	**15**
3.	**Agricultural Credit and Marketing** **3.1** Financial Sector Reforms and Rural Credit. **3.2** Role of NABARD, Commercial Banks and Cooperative Institutions. **3.3** Challenges to Rural and Agricultural Credit in India. **3.4** Characteristics of Agricultural Markets in India. **3.5** Defects in Agricultural Marketing System in India. **3.6** Measures to overcome defects in agricultural marketing system in India.	**15**
4.	**Agricultural Growth and Rural Development** **4.1** Recent Trends in Agricultural Growth in India. **4.2** Food Security in India. **4.3** Agriculture and Industry-Inter dependence between Agriculture and Industry, Terms of Trade between Agriculture and Industry **4.4** Sustainable Agriculture-Concept, Need and Issues. **4.5** Importance of Agricultural Education and Research in India. **4.6** WTO and Indian agriculture: Agreement of Agriculture (AoA).	**12**

❖ अनुक्रमणिका ❖

प्रकरण १

कृषी अर्थशास्त्राची ओळख

प्रस्तावना :

शेती हे भारतीय अर्थव्यवस्थेतील सर्वात मोठे आणि महत्त्वपूर्ण क्षेत्र आहे. शेती हे लोकांच्या जगण्याचा मुख्य स्त्रोत आहे आणि अर्थव्यवस्थेच्या उत्पन्नाचे महत्त्वाचे साधन आहे. भारताच्या आर्थिक प्रगतीत शेती महत्त्वाची भूमिका बजावत आहे. याशिवाय ही एक जीवनशैली आहे आणि म्हणूनच लोकांचे सामान्य कल्याण त्यांच्या विकासामध्ये आहे. उद्योग हा शेतीचा पर्याय नसून ते एकमेकांना पूरक आहे, हे दोन्ही क्षेत्र एकमेकांशी इतके जुळते आहे की एका क्षेत्राच्या सुधारणे शिवाय दुसऱ्या क्षेत्राची वृद्धी होणे शक्य नाही. जर शेतीला देशाचे हृदय मानले गेले असेल तर औद्योगिक क्षेत्राला 'मेंदू' मानले पाहिजे. महात्मा गांधीनी भारतीय शेती ही भारतीय लोकांच्या उपजीविकेचे प्रमुख साधन असल्यामुळे शेती हा भारताचा आत्मा आहे असे म्हटले होते. भारतातील शेती ही लोकांच्या उपजीविकेचे साधन असल्याने देशाचा आर्थिक विकास आणि प्रगती शेती व्यवसायावर अवलंबून आहे. शेती व्यवसायाला भारतीय अर्थव्यवस्थेचा कणा म्हटले जाते. प्रा. विल्सन, बारकेर, बारसांडी यांच्या मते, जगातील बहुतेक लोकसंख्या शेतीवर उदरनिर्वाह करीत आहे आणि देशातील साधने व देशाच्या गरजा यांचा परस्पराशी संबंध जोडूनच आर्थिक नियोजन केले जाते. आर्थिक नियोजनात शेती क्षेत्राचा विचार प्राधान्य क्रमाने केला जातो. देशातील कृषी क्षेत्राच्या वैशिष्ट्यापासून, तर कृषी संशोधन आणि प्रशिक्षणापर्यंतच्या सर्व बाबींचा अभ्यास करणारे शास्त्र म्हणजे कृषी अर्थशास्त्र होय. आधुनिक काळात शेती ही शास्त्रशुद्ध पद्धतीने व मोठ्या प्रमाणात केली जात आहे. त्यामुळे कृषी अर्थशास्त्राचे महत्त्व वाढले आहे.

१.१ कृषी अर्थशास्त्र :

देशातील साधने आणि देशाच्या गरजा यांचा परस्पराशी संबंध जोडूनच आर्थिक नियोजन केले जाते. आर्थिक नियोजनात कृषी क्षेत्राचा विचार प्राधान्य क्रमाने केला जातो. देशातील कृषी क्षेत्राच्या वैशिष्ट्यापासून, तर कृषी संशोधन आणि प्रशिक्षणापर्यंतच्या सर्व बाबींचा अभ्यास करणारे शास्त्र म्हणजे शेतीचे अर्थशास्त्र होय. आधुनिक काळात शेती ही शास्त्रशुद्ध पद्धतीने व मोठ्या प्रमाणात केली जात आहे. त्यामुळे कृषी अर्थशास्त्राचे महत्त्व वाढले आहे.

१.१.१ अर्थ :

कोणत्याही विकसित देशाच्या अर्थव्यवस्थांचा अभ्यास केल्यास त्या देशाची आर्थिक प्रगती शेती व्यवसायामुळेच झाल्याचे आढळून येते. औद्योगिक विकास हा शेती व्यवसायावरच अवलंबून असतो, कारण औद्योगिक उद्योगासाठी लागणारा कच्चा माल शेती व्यवसायापासूनच प्राप्त होतो. शेती व्यवसायाशी संबंधित सर्व घटकांचा अभ्यास कृषी अर्थशास्त्रात केला जातो.

१.१.२ व्याख्या :

कृषी अर्थशास्त्राची संकल्पना स्पष्ट व्हावी म्हणून पुढील काही महत्त्वाच्या व्याख्या स्पष्ट केल्या आहेत :

१) शोजग्रास व वॅलस :

''कृषी अर्थशास्त्र हे सामाजिक शास्त्रांचे एक उपयोजित क्षेत्र आहे की, ज्यामध्ये कृषी संबंधित असणाऱ्या सर्व प्रश्नांचा विचार केला जातो.''

२) प्रा. ग्रे :

''कृषी अर्थशास्त्रात सामान्य अर्थशास्त्रातील सिद्धांत, विविध पद्धती आणि इतर बाबींचा कृषी उद्योगात कसा उपयोग करता येईल यासंबंधी माहिती दिली जाते.''

३) प्रा. टेलर :

''कृषी अर्थशास्त्रात जमीन, श्रम, अवजारे इ. साहित्याची निवड करणे, कोणत्या प्रकारच्या पिकाची लागवड करावयाची, पशुसंवर्धनाचा क्रम कसा ठरवायचा त्यासोबत शेतमालाच्या किमती, उत्पादन खर्च याबाबत विचार करण्यासाठी त्या सर्व साधनांच्या प्रमाणाचा प्रश्न सोडविणे इ. बाबींचा अंतर्भाव होतो.''

भारत हा कृषिप्रधान देश आहे. प्राचीन काळापासून भारतीय लोकांचा व्यवसाय हा शेती आहे. केवळ भारतातील नव्हे, तर जगातील अत्यंत पुरातन व्यवसाय म्हणून शेती व्यवसायाचा उल्लेख केला जातो. जगातील २/३ लोकांचा मुख्य व्यवसाय शेती आहे. सन २०११ च्या जनगणनेनुसार देशातील ५२ टक्के लोकसंख्या कृषी क्षेत्रावर अवलंबून होती. वैदिक काळापासूनच शेती हा भारताचा मुख्य व्यवसाय आहे. रशियन वनस्पतीशास्त्रज्ञ न्यूकोला रेल्वे यांच्या मतानुसार जगात पिकांची जी उगमस्थाने आहेत त्यामध्ये भारताचा समावेश आहे. खेड्यात असलेले लघु आणि कुटीर उद्योग हे प्रामुख्याने शेती उत्पादनातील कच्च्या मालावर अवलंबून आहेत. ब्रिटिश राजवटीत हे उद्योग नष्ट झाले. त्यामुळे शेतीवर उपजीविका करणाऱ्या लोकांचे प्रमाण वाढले. देशाच्या राष्ट्रीय उत्पन्नात ४३% वाटा हा शेती उत्पन्नाचा असून अर्थव्यवस्थेतील प्राथमिक क्षेत्र म्हणून शेती व्यवसायाचा विचार केला जातो.

१.१.३ कृषी अर्थशास्त्राचे स्वरूप :

कृषी अर्थशास्त्राचे स्वरूप पुढील मुद्यांच्या आधारे जाणून घेता येईल :

१) लोकसंख्या व शेती सहसंबंध :

कोणत्याही देशाच्या अर्थव्यवस्थेत शेतीविषयक बाबींचा अभ्यास करत असताना लोकसंख्या आणि शेती यांचा सहसंबंध महत्त्वाचा ठरतो. शेतीवर अवलंबून असणाऱ्या लोकसंख्येचे प्रमाण जास्त असल्यास शेतीमध्ये होणाऱ्या बदलाचा सकारात्मक परिणाम दिसून येत नाही. शेतीवर अवलंबून असणाऱ्या लोकसंख्येचे प्रमाण कमी असल्यास शेतीमध्ये होणाऱ्या बदलाचे सकारात्मक परिणाम दिसून येतात, उत्पादनात झालेली वाढ निदर्शनास येते, शेतकऱ्यांचे सुधारलेले जीवनमान लक्षात येते. त्यामुळे कृषी अर्थशास्त्रामध्ये लोकसंख्या व शेती सहसंबंध अभ्यासने महत्त्वाचे ठरते.

२) किमान जमीनधारणेचे फायदे समजावणे :

आंतरविभाजन आणि अपखंडनामुळे शेतीचे लहान-लहान तुकडे होतात. शेतीच्या लहान-लहान तुकड्यांमुळे धारणक्षेत्र कमी होते. त्यामुळे शेतीची उत्पादकता कमी होते. अशी शेती आर्थिकदृष्ट्या परवडत नाही तसेच शेतीमध्ये रोजगाराच्या संधी उपलब्ध होत नाहीत. शेती हा व्यवसाय न राहता केवळ उपजीविकेचे साधन यापुरताच मर्यादित राहतो. त्यामुळे कृषी अर्थशास्त्रात किमान जमीनधारणेचे कोणकोणते परिणाम होतात याबाबतचा अभ्यास महत्त्वाचा ठरतो.

३) जमिनीच्या उत्पादकतेसंबंधीचे निर्णय घेण्यासाठी :

शेतीच्या उत्पादनात मोठ्या प्रमाणात बदल घडवून आणण्यासाठी वेगवेगळ्या तंत्राचा अवलंब केला जातो. शेतीच्या उत्पादनात वाढ करण्यासाठी रासायनिक खते, सुधारित बी-बियाणे, पाणीपुरवठ्याच्या सोयी इ. चा विकास आणि उपयोग केला जातो. शेतीमध्ये कोणते पीक घ्यावे, कोणते बी-बियाणे वापरावे आणि शेती कोणत्या पद्धतीने करावी याबाबतचे मार्गदर्शन कृषी विद्यापीठाकडून केले जाते. शेतकऱ्यांना उत्पादकतेसंबंधी निर्णय घेण्याच्या कार्यात शासकीय अधिकारी आणि कर्मचाऱ्यांचा सहयोग प्राप्त होतो. थोडक्यात जमिनीच्या उत्पादकतेसंबंधी घ्यायच्या निर्णय प्रक्रियेत कृषी अर्थशास्त्र उपयुक्त ठरते.

४) अन्नधान्याची गरज व पुरवठ्याचा अभ्यास :

देशातील एकूण लोकसंख्येपैकी ६८ टक्के लोकसंख्या ग्रामीण भागात आणि ३२ टक्के लोकसंख्या शहरी भागात राहते. भारताची आजची लोकसंख्या १४० कोटींपेक्षा अधिक आहे. १४० कोटी लोकसंख्येची अन्नधान्याची गरज महत्त्वाची असून, शेतीपासून उत्पादित होणाऱ्या अन्नधान्यावर लक्ष केंद्रित करणे आवश्यक आहे. अन्नधान्याचा पुरवठा शेती उत्पादनाच्या माध्यमातून न झाल्यास अन्नधान्याअभावी उपासमार होण्याची शक्यता असते. वेगवेगळ्या काळात देशात निर्माण झालेले दुष्काळाचे चित्र विचारात घेता अन्नधान्याची गरज आणि पुरवठा महत्त्वाचा ठरतो. अन्नधान्याच्या मागणीनुसार पुरवठा होण्याची गरज विचारात घेऊनच कृषी अर्थशास्त्रात या बाबींचा अभ्यास करणे महत्त्वाचे ठरते.

५) वस्तूंची निर्यात आणि विदेशी चलनप्राप्तीचा अभ्यास :

शेतीमधून उत्पादित होणाऱ्या वस्तूंचा उपयोग देशांतर्गत गरजा पूर्ण केल्यानंतर उर्वरित वस्तूंची निर्यात केली जाते. या निर्यातीपासून प्राप्त होणारे चलन हे देशाच्या आर्थिक विकासाला हातभार लावण्यास उपयुक्त ठरते. शेतीतून उत्पादित झालेल्या गहू, तांदूळ, कापूस, भुईमूग, बटाटे, भाजीपाला, कांदा, सूर्यफूल, तूर, एरंडी, बाजरी, ज्वारी, मूग, उडीद, करडई, हरभरा, केळी, संत्री, गुलाबाची फुले, हापूस आंबा इ. ची निर्यात केली जाते. या निर्यातीपासून प्राप्त होणाऱ्या विदेशी चलनाचा उपयोग वेगवेगळ्या क्षेत्रांच्या विकासाठी होतो. तसेच देशाचा आंतरराष्ट्रीय व्यापारातील व्यवहारतोल अनुकूल करण्यासाठी होत असल्याने कृषी अर्थशास्त्रात या घटकांचा अभ्यास महत्त्वाचा ठरतो.

६) पशुधनासाठी खाद्य :

शेती ही आधुनिक आणि परंपरागत अशा दोन्ही पद्धतीने केली जाते. शेती परंपरागत पद्धतीने करण्याच्या कार्यात पशुधनाचा उपयोग केला जातो. यामध्ये बैल महत्त्वाचा पशू आहे. त्याशिवाय दुग्ध व्यवसायासाठी गाय, म्हैस, शेळी-मेंढी उपयुक्त आहे. या पशुधनासाठी लागणारा चारा म्हणजेच खाद्यपुरवठा करणारे स्त्रोत म्हणून शेतीचा अभ्यास महत्त्वाचा आहे. शेतीमधून वेगवेगळी पिके घेतल्यानंतर त्या पिकांचे मुख्य उत्पादन हे व्यक्तींसाठी अन्नधान्य म्हणून उपयोगात येते, तर उत्पादनाचा उर्वरित भाग हा पशुधनासाठी चारा किंवा खाद्य म्हणून उपयोगात येतो. उदा. गहू, ज्वारी, हायब्रीड, मका, भूग, उडीद, भुईमूग इ. मुख्य उत्पादन असून या उत्पादनाचा उर्वरित

भाग हा पशुधनासाठी खाद्य म्हणून उपयुक्त ठरतो. बिहारमध्ये चारा घोटाळा प्रचलित आहे. राजस्थान आणि गुजरातमध्ये पशुधनासाठी मागील वर्षात खाद्य उपलब्ध न झाल्याने अनेक पशू उपासमारीने मृत्युमुखी पडले. थोडक्यात कृषी अर्थशास्त्रात पशुधन आणि पशुधनखाद्याचा अभ्यास देखील महत्त्वाचा ठरतो.

७) देशाच्या आर्थिक विकासातील स्थान :

देशाच्या आर्थिक विकासात शेती क्षेत्राचे स्थान महत्त्वपूर्ण असते. विल्सन, बारसोडी या कृषी अर्थतज्ज्ञाच्या मते शेती हे अर्थव्यवस्थेतील पायाभूत क्षेत्र असून जागतिक लोकसंख्येचा विचारल्यास बहुसंख्य लोक हे उपजीविकेचे साधन म्हणून शेतीवर अवलंबून आहे. अन्न, वस्त्र आणि निवारा या व्यक्तींच्या मूलभूत गरजा असून अन्न ही गरज शेती क्षेत्राद्वारे पूर्ण केली जाते. या विधानाचा संदर्भ आर्थिक विकासाच्या प्रक्रियेत देशातील जनतेला अन्नपुरवठा होण्याच्या दृष्टिकोनातून महत्त्वपूर्ण आहे. त्यासोबतच इतर उद्योगांसाठी लागणारा कच्चा माल आणि आंतरराष्ट्रीय बाजारात वस्तूंची निर्यात करून प्राप्त होणारे विदेशी चलन देशाच्या आर्थिक विकासाला हातभार लावतात. त्यामुळे कृषी अर्थशास्त्र आर्थिक विकासाच्या प्रक्रियेतील विविध बाबींचा अभ्यास करण्यासाठी उपयुक्त आहे.

८) राष्ट्रीय उत्पन्नातील सहभागाचे अध्ययन :

देशाच्या आर्थिक विकासाचे मापन, देशाच्या विविध क्षेत्रांतील आर्थिक प्रगतीचा वेग, देशातील उत्पन्नाचे वितरण या बाबींचा अभ्यास करण्यासाठी देशाचे राष्ट्रीय उत्पन्न ही संकल्पना अभ्यासणे महत्त्वाचे ठरते. एखाद्या विशिष्ट कालखंडात निर्माण होणाऱ्या वस्तू आणि सेवांचे दोन वेळा मोजमाप न करता केली जाणारी मोजणी म्हणजे राष्ट्रीय उत्पन्न होय. हे राष्ट्रीय उत्पन्न देशातील शेती, भांडवल, श्रम आणि संघटन या उत्पादन घटकाच्या सहाय्याने केले जाते. देशाच्या राष्ट्रीय उत्पन्नास देशातील लोकसंख्येने भाग दिल्यानंतर प्राप्त होणारे उत्पन्न हे दरडोई उत्पन्न असते. देशाच्या राष्ट्रीय उत्पन्नात शेतीचा असलेला सहभाग माहित करून घेणे आवश्यक असते. भारताच्या एकूण राष्ट्रीय उत्पन्नात शेती क्षेत्राचा वाटा ४३ टक्क्यांपेक्षा अधिक आहे. म्हणून सरकारच्या उत्पन्नातील सहभागाचे विश्लेषण करण्यासाठी कृषी अर्थशास्त्राचा अभ्यास महत्त्वाचा ठरतो.

९) शेती क्षेत्रावरील उपजीविका करणाऱ्यांचा अभ्यास :

उद्योग आणि सेवा क्षेत्रावर अवलंबून असणाऱ्या लोकांव्यतिरिक्त इतर सर्व व्यक्तींचा समावेश हा शेती क्षेत्रावर अवलंबून असणाऱ्या व्यक्तींमध्ये केला जातो. शेती हे उपजीविकेचे साधन आहे. शेतीवर काम करणारे शेतमजूर, शेतीपूरक व्यवसायात काम करणारे कामगार, शेतमाल प्रक्रिया उद्योग इ. क्षेत्रावर उपजीविका करणाऱ्या घटकांचा अभ्यास हा कृषी अर्थशास्त्राचा अभ्यासविषय ठरतो. जेव्हा-जेव्हा उद्योगांतील रोजगार कमी होतो अशा वेळेस स्थालांतरित झालेल्या व्यक्ती आपल्या मूळ गावी आपला परंपरागत कौटुंबिक व्यवसाय करण्यासाठी परत जातात. त्यामुळे अर्थव्यवस्थेचे स्वरूप काही अंशी बदलते. या बदलांचा अभ्यास महत्त्वाचा ठरतो. कृषी अर्थशास्त्रात या सर्व घटकांचा अभ्यास केला जातो.

१०) ग्रामीण उद्योगांचा विकास :

आर्थिक विकास ही सतत चालणारी प्रक्रिया आहे. देशाच्या अर्थव्यवस्थेत वेगवेगळ्या क्षेत्रांचे अस्तित्व आढळून येते. लघु आणि कुटीर उद्योगांचे स्थान अर्थव्यवस्थेत महत्त्वाचे असते. लघु उद्योग हे शहरी किंवा अर्धशहरी भागात स्थापन झालेले असतात, तर कुटीर उद्योग हे ग्रामीण भागात असतात. हे उद्योग जास्तीत-जास्त लोकसंख्येला रोजगार उपलब्ध करून देणारे असल्याने जास्तीत-जास्त व्यक्तींना रोजगार उपलब्ध होतो आणि आर्थिक विषमता कमी करण्यास या उद्योगांमुळे मदत होते. या उद्योगांना लागणारा कच्चा माल हा शेती आणि शेती व्यवसायाशी निगडीत पूरक उद्योगांमुळे उपलब्ध होत असल्याने कृषी अर्थशास्त्राचे महत्त्व अभ्यासताना ग्रामीण उद्योगांचा संदर्भ अभ्यासणे महत्त्वाचे ठरते.

१.१.४ कृषी अर्थशास्त्राची व्याप्ती :

कृषी अर्थशास्त्र हे प्रगत सामाजिक शास्त्र असून अर्थशास्त्रातील विकसित अभ्यास शाखा आहे. कृषी अर्थशास्त्राची व्याप्ती किंवा कृषी अर्थशास्त्राचे अभ्यास विषय माहित करून घेण्यासाठी पुढील बाबी महत्त्वाच्या ठरतात.

१) शेती व्यवसायातील प्रश्नांचा अभ्यास :

कृषी अर्थशास्त्र हा व्यापक विषय असून, शेती व्यवसायाशी संबंधित विविध घटकांचा आणि प्रश्नांचा अभ्यास या विषयात केला जातो. यात शेतीवर अवलंबून असणारे घटक, बेरोजगारी, शेतीचे विभाजन, शेतीमध्ये वेगवेगळ्या रासायनिक खतांचा व बी-बियाण्यांचा उपयोग, कृषी संशोधन, कृषी शिक्षण व शेती उत्पादनाचे मूल्य इ. बाबींचा समावेश होतो. या सर्व प्रश्नांचा अभ्यास कृषी अर्थशास्त्रात केला जातो. शेतीच्या उत्पादन तंत्रात बदल घडवून आणण्यासाठी कृषी सुधारित बियाणे, नवीन औजारे, रासायनिक खते, ओलितांच्या सोयी या सुधारित तंत्राचा उपयोग केला जातो. परंतु शेतीचे धारणक्षेत्र हे फायदेशीर किंवा किफायतशीर नसेल तर तांत्रिक सुधारणांचा सकारात्मक परिणाम दिसून येत नाही. त्यामुळे संस्थात्मक सुधारणा आवश्यक आहेत. जमीन सुधारणा हा संस्थात्मक सुधारणेचा महत्त्वाचा भाग आहे. जमीन सुधारणेमध्ये भूमिहीन मजुरांना जमिनीची मालकी देणे, मालकी हक्काचे पुनर्वितरण करणे, शेतीचे पुनर्संघटन करणे आणि भूधारण पद्धतीत सुधारणा घडवून आणणे या सर्व बाबींचा समावेश होतो. जमीन सुधारणा याविषयाचा अभ्यास कृषी अर्थशास्त्राची व्याप्ती विचारात घेताना केला जातो.

२) उत्पादन आणि उत्पादकतेचा अभ्यास :

शेती व्यवसायामध्ये उत्पादकता आणि उत्पादन या संकल्पना महत्त्वाच्या असून आर्थिक नियोजनाचे यश हे शेतीच्या उत्पादकता आणि उत्पादनावर अवलंबून आहे. भारतीय शेतीच्या उत्पादनावर आणि उत्पादकतेवर लक्ष केंद्रित केल्याशिवाय भारताचा शेती विकास वेगाने होणार नाही. त्यामुळे शेतीचे उत्पादन आणि उत्पादकता या दोन्ही संकल्पना कृषी अर्थशास्त्रात महत्त्वाच्या आहेत. कारण या संकल्पना शेत जमिनीशी निगडीत आहेत. शेतीची दरएकरी उत्पादकता आणि शेतीत गुंतविलेल्या प्रत्येक एककापासून प्राप्त होणारे उत्पन्न विचारात घेऊन उत्पादकता काढली जाते. थोडक्यात कृषी अर्थशास्त्रात शेतीचे उत्पादन आणि उत्पादकता या घटकांचा अभ्यास केला जातो.

३) हरितक्रांतीच्या योगदानाचा अभ्यास :

क्रांती म्हणजे अचानक झालेला बदल. असा बदल हा राजकीय, सामाजिक, आर्थिक किंवा सांस्कृतिक असू शकतो. भारतीय शेतीच्या उत्पादनात वेगवेगळ्या कारणांनी बदल घडून आले ज्यामुळे शेतीच्या उत्पादनात आमूलाग्र बदल झाला. त्या सर्व बाबींचा अभ्यास हरितक्रांतीमध्ये केला जातो. शेतीच्या क्षेत्रातील प्रगती ही हिरव्या रंगाशी संबंधित असल्याने हरितक्रांतीला हिरवी क्रांती असेही म्हणतात. हरितक्रांतीशी संबंधित शेतीचे यांत्रिकीकरण, पाणीपुरवठा, खते आणि बियाण्यांचा उपयोग, पीक संरक्षण इ. घटक महत्त्वाचे आहे. या सर्व घटकांचा अभ्यास हरितक्रांतीमध्ये केला जातो. हरितक्रांतीचा अभ्यास कृषी अर्थशास्त्रात महत्त्वाचा आहे.

४) शेतीमालाच्या विपणनाचा अभ्यास :

शेतकऱ्याच्या जीवनमानात सुधारणा, उत्पन्नात स्थिरता, व्यावसायिक जबाबदारी, शेती व्यवसायामध्ये परिवर्तन, विदेशी चलन प्राप्ती, आंतरराष्ट्रीय स्तरावर स्पर्धा, राष्ट्रीय अर्थकारणात स्थिरता, उत्पादन खर्चावर नियंत्रण आणि आधुनिक पद्धतींचा अवलंब विचारात घेण्यासाठी शेतमालाचे विपणन महत्वाचे आहे. शेतीमध्ये तयार झालेला उत्पादित माल हा ग्राहकांपर्यंत पोहोचविण्याच्या संदर्भातील सर्व क्रियांचा समावेश शेतमाल विपणनात होतो. कृषी

अर्थशास्त्राचा अभ्यास करताना शेतमालाचे विपणन आणि त्याविषयक शासनाची वेगवेगळी धोरणे अभ्यासली जातात.

५) कृषी वित्तपुरवठ्याचा अभ्यास :

कोणत्याही देशाच्या अर्थव्यवस्थेत शेती क्षेत्र हे महत्त्वाचे प्राथमिक क्षेत्र समजले जाते. भारताच्या संदर्भात विचार केला तर भारतीय अर्थव्यवस्था ही शेतीप्रधान अर्थव्यवस्था असून, जवळपास ७० टक्के लोक ग्रामीण भागात राहतात. शेती हे उपजीविकेचे साधन असल्यामुळे शेतीच्या विकासाला चालना देणे महत्त्वाचे आहे. कृषी अर्थशास्त्राचा अभ्यास करताना शेतीसाठी वेगवेगळ्या स्त्रोताद्वारे होणारा वित्तपुरवठा, वित्तपुरवठ्याचे परिणाम, प्रचलित वित्तपुरवठा पद्धतीत आवश्यक असणारे बदल आणि सरकारची भूमिका या सर्व बाबींचा अभ्यास महत्त्वाचा ठरतो.

६) शेती क्षेत्रातील अस्थिरतेचा अभ्यास :

कृषी अर्थशास्त्रात शेती क्षेत्रातील अस्थिरता, अस्थिरतेची कारणे आणि त्यावरील उपाययोजनांचा अभ्यास केला जातो. सरकारने पूर्वनिर्धारित केलेल्या शेतीक्षेत्रविषयक उदिष्टांच्या पूर्ततेसाठी ही बाब महत्त्वाची असते. शेती क्षेत्रात कर्जपुरवठा, शेतीचे स्वरूप, अपुरे यांत्रिकीकरण, निसर्गावर अवलंबून राहणे, सरासरी उत्पादकता कमी, सामाजिक परंपरा, कुटुंबांचे विघटन, शेतमाल किंमत, पशुधन, वाहतुकीची साधने, आंतरिक व्यापार, विपणन प्रक्रियेतील दोष इ. कारणांमुळे अस्थिरता निर्माण होते अस्थिरतेचा अभ्यास कृषी अर्थशास्त्रात केला जातो.

७) शेतमाल किंमत निश्चिती व धोरणाचा अभ्यास :

शेती उत्पादित मालाच्या किमती नियंत्रित करण्यासाठी सरकारकडून दरवर्षी आधार किमती जाहीर केल्या जातात. त्यामुळे खर्चावर नियंत्रण, शेतीमाल किंमत नियंत्रण, वितरण व्यवस्थेवर नियंत्रण, उपभोग्य वस्तूंच्या राखीव साठ्यात वाढ, उत्पादनात वाढ, योजनेची उद्दिष्टे याबाबत सरकारकडून निर्णय घेतले जातात. त्यास किंमत निश्चिती व धोरण असे म्हणतात. कृषी अर्थशास्त्रात शेतमाल किंमत निश्चिती व धोरणांचा अभ्यास महत्त्वाचा ठरतो.

८) शेतमजुरांच्या समस्यांचा अभ्यास :

शेतीमध्ये काम करणाऱ्या मजुरांना शेतमजूर असे म्हणतात. भारतीय शेती ही निसर्गावर अवलंबून असल्यामुळे शेतमजुरांना वर्षभर रोजगार उपलब्ध होत नाही. त्यामुळे त्यांच्या वेगवेगळ्या समस्यांचा अभ्यास महत्त्वाचा ठरतो. शेतमजुरांच्या समस्यांमध्ये अर्धबेरोजगारी, मजुरीचा दर, कुटुंबांचे कमी उत्पन्न, ग्रामीण उद्योगांचा ऱ्हास, कर्जबाजारीपणा, निरक्षरता आणि अज्ञान, संघटनेचा अभाव, शेतमालकांचा विरोध इ. चा समावेश होतो. या सर्व समस्या आणि त्या संदर्भातील उपाययोजनांचा अभ्यास कृषी अर्थशास्त्रात केला जातो.

९) कृषी संशोधन आणि शिक्षणणाची भूमिका :

शेतीची उत्पादकता वाढविण्यासाठी आणि शेतीच्या परंपरागत उत्पादन पद्धतीत बदल घडवून आणण्यासाठी शेती क्षेत्रात शास्त्रीय बाबींचा व संशोधनाचा अवलंब करणे आवश्यक असल्याने कृषी संशोधन आणि शिक्षण महत्त्वाचे आहे. भारत सरकारने श्री. शाही कमिशनच्या शिफारशीनुसार भारतीय कृषीसंशोधन परिषदेची स्थापना केली आहे. या परिषदेची १९५१ मध्ये पुनर्रचना केली असून, शेती क्षेत्राशी संबंधित वेगवेगळे प्रयोग, शोध, निष्कर्ष शेतकऱ्यांपर्यंत पोहोचविण्याचे कार्य या परिषदेमार्फत केले जाते. कृषी अर्थशास्त्राची व्याप्ती विचारात घेताना कृषीसंशोधन आणि कृषीशिक्षण या बाबी आवश्यक ठरतात. कृषी अर्थशास्त्रात संशोधन आणि शिक्षणाचा अभ्यास केला जातो.

१०) इतर कृषीपूरक व्यवसायांचा अभ्यास :

शेती हे अर्थव्यवस्थेतील प्राथमिक क्षेत्र आहे. शेती उत्पादनावर अनेक प्रक्रिया उद्योग अवलंबून आहेत. शेतीपासून प्राप्त होणाऱ्या वेगवेगळ्या उत्पादनांद्वारे रबर, लाख, वारनिश, रंग, कात, डिंक, आयुर्वेद वनस्पती इ. साठी कच्चा माल प्राप्त होतो. तसेच शेती आणि वनक्षेत्रामुळे जमिनीचे संरक्षण होते. या सर्व व्यवसायांशी संदर्भित बाबींचा अभ्यास कृषी अर्थशास्त्रात केला जातो.

१.२ आर्थिक विकासात कृषी क्षेत्राची भूमिका :

प्रगत देशांच्या शेती विकासापूर्वीच भारतीय शेतीचा विकास एका उच्च पातळीला पोहचला होता. तेव्हा शेती आणि उद्योग यांच्यामध्ये विकासाच्या बाबतीत समतोल निर्माण झालेला होता. दोन्हीही क्षेत्रांचा विकास समान गतीने आणि एकाच दिशेने होत होता. ही स्थिती १८ व्या शतकाच्या मध्यापर्यंत होती. इंग्रज सरकारच्या हस्तक्षेपामुळे आणि ग्रामोद्योगाच्या ऱ्हासाच्या जाणीवपूर्वक स्वीकारलेल्या धोरणामुळे कृषी आणि उद्योग क्षेत्रामध्ये विकासाच्या बाबतीत विसंवाद निर्माण झाला. ब्रिटिश सरकारने वसाहतवादाचे धोरण स्वीकारले आणि शेती विकासासाठी फारसे प्रयत्न केले नाहीत. याउलट जमीनदार हा मध्यमवर्ग निर्माण करून त्याच्यामार्फत ग्रामीण भागातील गरीब लोकांचे शोषणच केले. या जमीनदारांनी कुळांकडून शेती उत्पादनातील एक मोठा भाग काढून घेतला आणि अल्पसा भाग कुळांना दिला. या उत्पादनात शेतकरी आपला उदरनिर्वाह व्यवस्थितपणे चालवू शकत नव्हते. त्यामुळे त्यांच्याकडून बचत होणे अशक्य होते. कुळांकडून शेतीमध्ये गुंतवणूक होऊ शकली नाही. त्यामुळे शेतीचा इंग्रजांच्या काळात फारसा विकास झाला नाही. स्वातंत्र्यप्राप्तीनंतर विशेषतः हरितक्रांती नंतर सरकारकडून मोठ्या विकासाचे कार्यक्रम जाणीवपूर्वक राबविण्यात आले. त्याचप्रमाणे अनेक शेतकऱ्यांनी शेतीचे स्वरूप 'उदरनिर्वाहाची शेती' कडून 'व्यापारी शेती' असे केले. भारतीय शेती क्षेत्राचे अर्थव्यवस्थेतील योगदान खालील मुद्यांच्या आधारे स्पष्ट करता येईल :

१) राष्ट्रीय उत्पन्नात महत्वपूर्ण वाटा :

भारतीय अर्थव्यवस्थेत कृषी क्षेत्रास अनन्यसाधारण महत्त्व आहे. पहिल्या पंचवार्षिक योजनेच्या सुरुवातीस सन १९५०-५१ मध्ये राष्ट्राच्या एकूण उत्पन्नात शेती क्षेत्राचा वाटा ५६.५% इतका होता. या पंचवार्षिक योजना काळात कृषी विकासाबरोबर कृषी आधारीत उद्योग-व्यवसायांमुळे देश अन्नधान्याच्या बाबतीत स्वयंपूर्ण बनला. मात्र १९७०-७१ मध्ये शेतीचा राष्ट्रीय उत्पन्नातील वाटा ४५.५% इतका राहिला. सन १९९०-१९९१ मध्ये तो २४.७ टक्के इतका झाला. तर सन २०१०-११ मध्ये भारताच्या राष्ट्रीय उत्पन्नातील शेतीचा वाटा हा केवळ १४.५ टक्के होता. एकूण राष्ट्रीय उत्पन्नामध्ये शेती क्षेत्राचा प्रत्यक्ष वाटा बराच कमी झाला. सन २०१७-१८ मध्ये एकूण राष्ट्रीय उत्पन्नामध्ये कृषी क्षेत्राचा वाटा १४.६ टक्के होता. दुसऱ्या बाजूला उद्योग व सेवा क्षेत्राचा राष्ट्रीय उत्पन्नातील वाटा मात्र वाढत आहे. २०१८ मध्ये एकूण राष्ट्रीय उत्पन्नात उद्योग क्षेत्राचा वाटा २६.७५ टक्के, तर सेवा क्षेत्राचा वाटा ४९.१३ टक्के इतका असल्याचे दिसून येते. एकूण राष्ट्रीय उत्पन्नामध्ये कृषी क्षेत्राच्या वाट्यामध्ये जरी घट होत असली तरी विविध प्रकारच्या उद्योग आणि सेवा व्यवसायामध्ये अप्रत्यक्षरीत्या कृषी क्षेत्राचे योगदान महत्त्वपूर्ण आहे, त्यामुळे राष्ट्रीय उत्पन्नात कृषी क्षेत्राचा महत्त्वाचा वाटा आहे असे म्हणावे लागते.

२) औद्योगिकीकरणासाठी कच्च्या मालाचा पुरवठा :

भारतातील शेतीपासून प्रमुख उद्योगांना कच्च्या मालाचा मोठ्या प्रमाणावर पुरवठा होतो. देशातील कृषीक्षेत्राचा पुरेशा प्रमाणात विकास झाल्याशिवाय इतर क्षेत्रांचा विकास झपाट्याने होऊ शकत नाही. कृषीक्षेत्रातून, औद्योगिक क्षेत्राला कच्च्या मालाचा पुरवठा होत असतो. भारतातील कापड गिरण्या, ताग गिरण्या, साखर कारखाने, तेल गिरण्या, चहा कंपन्या, कॉफी उद्योग, रबर उद्योग, फळ प्रक्रिया उद्योग, बिस्किटे व इतर खाद्यपदार्थांचे उत्पादन

करणारे उद्योग, शीतपेय यासारख्या अनेक उद्योगांना कच्च्या मालाचा पुरवठा करण्याचे काम कृषिक्षेत्र करत असते. त्याचप्रमाणे कागदनिर्मिती उद्योग, मद्यार्कनिर्मिती, कातडी उद्योग, काडेपेटी उद्योग इत्यादी उद्योग कृषीक्षेत्रातील कच्च्या मालाच्या पुरवठ्यावर अवलंबून असतात. इतर उद्योगांमध्ये लोहपोलाद उद्योग, अभियांत्रिकी उद्योग, यंत्रसामग्री तयार करणारे उद्योग व अनेक आधुनिक उद्योग कच्च्या मालाच्या पुरवठ्यासाठी जरी शेती क्षेत्रावर अवलंबून नसले तरी या क्षेत्रांतील उत्पादनांना मागणी निर्माण करण्याचे कार्य कृषीक्षेत्रामार्फत होते तसेच या उद्योगात काम करणाऱ्या कामगारांना अन्नधान्य पुरवठा करण्याचे काम कृषी क्षेत्रच करत असते. भारतामध्ये अनेक प्रकारच्या औद्योगिक क्षेत्राला कच्च्या मालाचा पुरवठा करण्याचे महत्त्वाचे काम कृषी क्षेत्र पार पाडते.

३) रोजगार निर्मिती :

भारतात कृषी क्षेत्र हे प्रत्यक्ष-अप्रत्यक्षपणे बहुतांश लोकांच्या जीवननिर्वाहाचे साधन आहे. भारतातील एकूण कार्यकारी लोकसंख्येच्या ५८.२ टक्के लोकसंख्या प्रत्यक्ष-अप्रत्यक्षपणे कृषी क्षेत्रात कार्यरत आहे. याशिवाय अन्य बहुतांशी लोक कृषी वस्तूंचा व्यापार, वाहतूक इत्यादी क्षेत्रांमध्ये गुंतलेले आहे. शेती व्यवसायातून भारतीय अर्थव्यवस्थेत सर्वाधिक रोजगार पुरविला जातो. त्यामुळे भारतीय अर्थव्यवस्थेत शेतीचे स्थान महत्त्वपूर्ण आहे. सन १९५०-५१ मध्ये कृषी क्षेत्रातून ७० टक्क्यांपर्यंत रोजगार पुरविला जात होता. सन २०१०-११ मध्ये हे प्रमाण ५४.४ टक्के पर्यंत कमी झालेले आहे. तरीही निम्म्यापेक्षा अधिक रोजगाराची निर्मिती कृषी क्षेत्रामध्येच होत आहे. कारण स्वातंत्र्यानंतरच्या काळात बिगर-कृषी क्षेत्राची झालेली वाढ ही मोठ्या प्रमाणात रोजगार निर्मिती करण्यास उपयुक्त ठरली आहे. तरीही आजमितीस ग्रामीण भारतात एकूण लोकसंख्येच्या ७२ टक्के लोकसंख्या ही शेती व शेतीवर आधारित इतर व्यवसायावर अवलंबून आहे. भारता शेजारील देशांपैकी पाकिस्तानमध्ये ५७%, इंडोनिशिया ५२%, इंग्लंडमध्ये २%, इजिप्तमध्ये ४२%, अमेरिकेमध्ये ३%, जपान मध्ये ७% तर ऑस्ट्रेलियामध्ये हेच प्रमाण ६% इतके आहे. भारतामध्ये औद्योगिक व सेवा क्षेत्राचा विकास अधिक प्रमाणात होत असला तरी रोजगाराच्या संधी मात्र तेवढ्या मोठ्या प्रमाणात उपलब्ध होत नसल्यामुळे लोकांना रोजगारासाठी आजही मोठ्या प्रमाणात कृषी क्षेत्रावरच अवलंबून राहावे लागते.

४) उदरनिर्वाहाचे साधन :

भारतातील अनेक लोक आजही ही शेतीस उपजीविकेचे साधन मानतात. विशेषतः ज्या ठिकाणी कोरडवाहू शेती केली जाते, त्या प्रदेशांमध्ये शेती हे एक उदरनिर्वाहाचे साधन समजले जाते. भारतातील गुजरात, राजस्थान, मध्यप्रदेश, छत्तीसगड, महाराष्ट्र, कर्नाटक, तामिळनाडू, ओडिशा, पश्चिम बंगाल या राज्यांमधील अल्पभूधारक शेतकरी आजही शेतीकडे उदरनिर्वाहाचे साधन म्हणून पाहतात. भारतातील एकूण जमिनीपैकी १०८ दशलक्ष क्षेत्र म्हणजे एकूण कृषी क्षेत्रापैकी जवळजवळ ७५% क्षेत्र कोरडवाहू जमिनीचे आहे. कोरडवाहू जमिनीचे क्षेत्र असणाऱ्या प्रदेशातील लोक कुटुंबाची खाद्यान्नाची गरज भागविण्यासाठी महत्त्वाचा स्त्रोत म्हणून शेतीकडे पाहतात. या प्रदेशात मान्सूनवर आधारित शेती आहे आणि सिंचनाचा अभाव आहे, त्या प्रदेशातील शेतकरी शेतीमध्ये ज्वारी, बाजरी, तेलबिया, राई व कडधान्ये यासारख्या खाद्य पिके घेतात. कुटुंबासाठी आवश्यक खाद्य पिकांचा वाटा वगळता बाकीच्या धान्याची बाजारात विक्री करून इतर गरजा भागविल्या जातात. अशाप्रकारे शेती हे भारतातील अनेक शेतकऱ्यांचे उदरनिर्वाहाचे साधन आहे.

५) खाद्यान्न पुरवठा :

भारताची लोकसंख्या ही जगातील पहिल्या क्रमांकाची लोकसंख्या आहे. त्यामुळे आपल्या देशाची अन्नधान्याची मागणीही मोठ्या प्रमाणावर वाढत आहे. भारताचा विचार करता सन २००४-०५ मध्ये देशांतर्गत अन्नधान्याची मागणी २००.७ दशलक्ष टन इतकी होती. ही मागणी अकराव्या पंचवार्षिक योजनेच्या शेवटी २३५.०४ दशलक्ष

टनांपर्यंत वाढली आहे. भारताच्या अफाट लोकसंख्यावाढीमुळे सन २०२०-२१ पर्यंत अन्नधान्याची गरज २८०.६ दशलक्ष टनांपर्यत वाढली आहे. भारताची वाढलेली अन्नधान्याची गरज पूर्ण करण्यासाठी अकराव्या पंचवार्षिक योजनेच्या काळात अन्नधान्य उत्पादन वाढीचा दर १.८६ ते २ टक्क्यापर्यंत आवश्यक आहे. परंतु हा दर ०.५० पर्यंत हे उद्दिष्ट गाठू शकत नाहीत. त्यामुळे कृषी क्षेत्रात भरीव स्वरूपाचे संशोधन होऊन हरितक्रांती नंतर दुसऱ्या एका क्रांतीची आवश्यकता आहे. शेतीमध्ये योग्य प्रकारे नियोजन केल्यास आपल्या देशाची खाद्यान्नाची गरज भागवून इतर देशांनाही आपण खाण्याचे पदार्थ निर्यात करू शकतो एवढी क्षमता आपल्याकडे आहे. त्यामुळे खाद्यान्नाचा पुरवठा मुख्यत्वेकरून भारताला शेती व्यवसायातूनच होता. भारताची खाद्यान्नाची गरज लक्षात घेऊन सन २०२० मध्ये आलेल्या कोरोना या आजाराच्या काळात देखील कोणत्याही प्रकारच्या मर्यादा आल्या नव्हत्या.

६) चाऱ्याचा पुरवठा आणि पशुधन विकास :

सर्व व्यवसायांचा विकास कृषी क्षेत्राच्या विकासावर अवलंबून आहे. जनावरांसाठी चारा हा अत्यंत महत्त्वाचा असतो. हे कृषी क्षेत्रावर आधारित असते. पावसाचे प्रमाण घटल्यास जनावरांसाठी चाऱ्याचा प्रश्न गंभीर होऊन ग्रामीण भागातील शेतकरी वर्गाला उत्पन्नाचा एक महत्त्वाचा भाग म्हणून पशुधन योजनेकडे पाहिले जाते. ज्या शेतकऱ्यांकडे शेतीचे प्रमाण कमी आहे ते शेतकरी पशुपालन व्यवसाय करून यातून उत्पन्न मिळविण्याचा प्रयत्न करत असतात. त्यासाठी लागणारे पशुखाद्य आणि चारा कृषी क्षेत्रातून मिळत असतो. शेतमालाच्या किमती वाढल्यानंतर पशुखाद्याच्या किमती देखील वाढतात. त्यामुळे ग्रामीण अर्थव्यवस्थेमध्ये पशुपालन कृषी क्षेत्रावर अवलंबून असल्याचे दिसते.

भारतातील पशुधन अनुमान दशलक्षमध्ये

वर्ष	गोधन	म्हैस	बकरी	शेळ्या	घोडे	उंट	एकूण
२०१०	१२७.३	८८.८८	४.६६	९.०३	०.७५	०.४९	२३१.१
२०२०	१२९.१	९५.३१	५.०३	१०.३२	०.६३	०.४३	२४०.८
२०३०	१३३.६	१०६.८	५.७६	११.१८	०.२९	०.२९	२५७.९

स्त्रोत : भारत पशुपालन डेअरी विभाग आर्थिक सांख्यिकी अहवाल, २०१३

७) वाहतूक :

भारतामध्ये रस्ते आणि रेल्वे या वाहतुकीच्या मार्गांचा शेतीमाल वाहतुकीसाठी मोठ्या प्रमाणात उपयोग होतो. शेती उत्पादित कच्चामाल कारखान्यापर्यंत पोहोचविण्यासाठी वाहतुकीच्या सुविधांची आवश्यकता असते. तसेच दैनंदिन जीवनामध्ये आवश्यक असलेल्या खाद्यान्नाचा बाजारपेठेपर्यंत पुरवठा करण्यासाठी वाहतुकीची आवश्यकता असते. शेतीतून उत्पादित होणारा भाजीपाला, फळे, फुले, कडधान्य, डाळी यासारखा सर्व शेतमाल बाजारपेठेपर्यंत पोहोचविला जातो. त्यासाठी वाहतुकीच्या सुविधांची आवश्यकता असते. शेतमाल वाहतूक करण्यासाठी वाहतूक क्षेत्रांमध्ये प्रत्यक्ष-अप्रत्यक्ष गुंतलेल्या सर्व लोकांना रोजगाराची प्राप्ती शेतमालामुळे होत असते. कारखान्यांना पुरविण्यात आलेला कच्चा शेतमाल विविध वस्तूंच्या रूपाने बाजारपेठेपर्यंत व बाजारपेठे पासून ग्राहकांपर्यंत पोहोचविणे हे देखील वाहतुकीवर अवलंबून असते.

८) अंतर्गत व्यापार :

भारतातील सुमारे ५८% लोकसंख्या ही शेती आणि शेतीशी संबंधित इतर व्यवसायांवर अवलंबून आहे. भारतातील खाद्यन्न उद्योगांमध्ये प्रचंड भरभराट होत आहे. भारतातील इतर उद्योगांमध्ये अन्न व किराणा बाजार सहाव्या क्रमांकावर असून, किरकोळ विक्रीमध्ये खाद्यान्न मालाचा ७०% वाटा आहे. भारतामध्ये अन्नप्रक्रिया

उद्योगाचा बाजारात ३२% वाटा आहे जो भारतातील सर्वात मोठ्या उद्योगांपैकी एक उद्योग आहे. त्याचप्रमाणे शेती आधारित इतर व्यापारांमध्ये भारतात अनेक क्षेत्रात संधी आहे. सन २०१९-२० मधील अंतर्गत व्यापाराच्या आकडेवारीचा अभ्यास करता भारत हा जगातील दुसऱ्या क्रमांकाचा फळ उत्पादक देश ठरला आहे. भारतातील शेतमाल प्रक्रिया उद्योगांमध्ये जवळजवळ ९.४१ अब्ज अमेरिकन डॉलरची आवक झालेली आहे. अनेक मोठ्या बहुराष्ट्रीय कंपन्या भारतामध्ये एखाद्या अन्ननिर्मिती प्रक्रिया उद्योगामध्ये गुंतवणूक करत असल्याचे दिसते. उदा. कोका-कोला, नेस्टले इत्यादी अंतर्गत व्यापाराचा विचार करता शेती व शेतीशी संबंधित व्यवसायाशी निगडीत अनेक लोक भारतामध्ये अंतर्गत व्यापारामध्ये जोडलेले आहेत. शहरी भागात राहणाऱ्या लोकसंख्येच्या तुलनेत ग्रामीण भागात राहणाऱ्या लोकांचे प्रमाण हे सन २०११ च्या जनगणने नुसार ६८% आहे. ग्रामीण भागातील लोकांच्या दैनंदिन गरजा, कापड, वाहतूक, दळणवळण, गृहपयोगी वस्तू, इलेक्ट्रॉनिक वस्तू, शेती कामासाठी लागणारी अवजारे, सिंचन साहित्य या सर्वांची निर्मिती विविध प्रकारच्या उद्योगांमध्ये होत असते. ते सर्व उद्योग बाजारपेठेच्या अनुषंगाने भारतातील ग्रामीण भागावर अवलंबून असतात. त्यामुळे अंतर्गत व्यापारामध्ये ग्रामीण भागातील लोकांचा म्हणजेच पर्यायाने शेती क्षेत्राचा वाटा सर्वाधिक आहे.

९) निर्यात :

भारतातील कृषी वस्तुंच्या निर्यातीत चहा, कॉफी, साखर, तंबाखू, मसाल्याचे पदार्थ, कापूस, बासमती तांदूळ, इतर तांदूळ, खाद्यतेल, ताज्या भाज्या, प्रक्रिया केलेली फळे, दुग्ध उत्पादने, कोको उत्पादने, डाळी उत्पादने इतर तेलबिया उत्पादन यांचा वाटा महत्वाचा आहे. भारतामधून बासमती तांदूळ, मसाल्याचे पदार्थ, कापूस या वस्तूंची सर्वात जास्त निर्यात होते. भारत हा अमेरिका, व्हिएतनाम, इराण, चीन, अरब अमिराती, बांगलादेश, सौदी अरेबिया, मलेशिया, इंडोनेशिया, नेपाळ आणि इतर देशांना कृषी उत्पादन निर्यात करतो. सन २०१८-१९ मध्ये भारताने ३८,७३९.१० दशलक्ष किमतीचा शेतमाल इतर देशांना निर्यात केला. भारतामधून निर्यात होणाऱ्या निर्यातीत औद्योगिक व सेवा उत्पादनापैकी ९.०४ % वाटा शेतमालाचा आहे. भारत हा इंडोनेशिया, अर्जेंटिना, युकेन, यूएसए आणि ब्राझील या देशांकडून काही प्रमाणात खात्याने आयात करतो. परंतु निर्यातीपेक्षा आयात मालाचे मूल्य निम्म्याहून कमी आहे. देशातील अन्नाची गरज भागवून मोठ्या प्रमाणात निर्यात करणारा भारत हा जगातील महत्त्वाचा देश आहे. मसाल्याचे पदार्थ निर्यात करण्यामध्ये भारताचा प्रथम क्रमांक लागतो.

१०) बाजारपेठेची उपलब्धता :

उद्योगांमधून जो माल उत्पादित होतो त्या मालाला बाजारपेठ उपलब्ध होणे महत्त्वाचे असते. औद्योगिक उत्पादनांना बाजारपेठ उपलब्ध नसेल तर उत्पादित मालाच्या किमतीमध्ये घसरण होते. देशातील वाहननिर्मिती, कृषीसंबंधित उद्योग, सिमेंट, गृहपयोगी वस्तू, शिक्षण, आरोग्य सुविधा, औषधे, बांधकाम, सेवा, व्यवसाय, दूरसंचार, वस्त्रोद्योग, पर्यटन, खनिज उत्पादने, मौल्यवान धातू, बँकिंग, स्वयंचलित मोटारी यासारख्या उद्योगात उत्पादित होणाऱ्या सर्व वस्तू किंवा सेवा शहरी भागापुरत्याच मर्यादित नसतात. या सर्व सेवांची आवश्यकता भारतातील ग्रामीण भागातही असते. जर कृषी क्षेत्रामध्ये चांगले वातावरण असेल तर शेतकऱ्यांची वस्तू आणि सेवा खरेदी करण्याची क्षमता वाढते. भारतातील बहुतांशी समाज आजही खेड्यामध्ये राहत आहे. अलीकडील काळात लोकांच्या गरजा बदलल्या आहेत. शहरी भागाबरोबरच ग्रामीण भागात असणाऱ्या वाहन, शिक्षण, बँकिंग, बांधकाम या उद्योगांना चांगले दिवस आलेले आहेत. उदा. दुचाकी वाहन, चारचाकी वाहन, मोबाईल फोन, टीव्ही, फ्रीज यासारख्या अनेक वस्तूंना ग्रामीण भागातील प्रत्येक कुटुंबातील मोठ्या प्रमाणात मागणी आहे. त्यामुळे या उद्योगासंबंधी व्यवसायात तेजीचे वातावरण आहे. ग्रामीण भागातील तालुका पातळीवर अनेक

बहुराष्ट्रीय कंपन्या सेवा केंद्र विकसित झालेल्या आपण पाहतो. ज्या भागात जलसिंचनाच्या सुविधा उपलब्ध आहेत तेथे शेतकरी शेतीमध्ये नवनवीन प्रयोग करुन चांगल्या प्रकारचे उत्पादन घेतात. या वर्गातील लोकांची क्रयशक्ती उत्तम असल्याने ग्रामीण भागातही सर्वच प्रकारच्या वस्तूंना मागणी वाढून बाजारपेठांचा विकास झालेला दिसून येतो.

११) श्रमशक्तीचा पुरवठा :

कृषी क्षेत्र भांडवलप्रधान उद्योगासाठी श्रमशक्तीचे उपलब्ध करत असते. कृषी क्षेत्र श्रमशक्तीच्या बाबतीत लवचिक आहे. कारण जेव्हा औद्योगिक क्षेत्रात श्रमाचा अतिरेक होतो तेव्हा त्या अतिरिक्त श्रमाला कृषीक्षेत्र सामावून घेते आणि ज्यावेळी औद्योगिक क्षेत्रात श्रमाची कमतरता असते अशावेळी कृषी क्षेत्रातून श्रमाचे हस्तांतरण औद्योगिक क्षेत्राकडे सहज होते. त्यामुळे भारतातील औद्योगिक क्षेत्राला कुशल आणि अकुशल कामगारांचा पुरवठा करणारे कृषी क्षेत्र हे महत्त्वाचे क्षेत्र आहे. भारतातील उद्योगांमध्ये नेहमीच अस्थिरतेचे वातावरण राहिले आहे. जागतिक आणि भारतीय बाजारात मंदी आल्यानंतर अनेक कारखाने आपल्या कारखान्यातील मजुरांमध्ये कपात करतात तेव्हा त्या मजुरांना कृषी क्षेत्राचा पर्याय सहज उपलब्ध होतो. उदा. सन २०१८ ते २०२० या कालावधीत वाहन आणि आयटी उद्योगांमध्ये आलेल्या मंदीने मोठ्या प्रमाणात कामगार कापत केली. या उद्योगांमध्ये गुंतलेल्या कुशल कामगारांना कृषी क्षेत्राने सामावून घेतले.

१२) शासकीय महसुलात वाढ :

कृषी क्षेत्रात वापरले जाणारे बी-बियाणे, खते, कीटकनाशके, विविध कृषी उपयोगी अवजारे व हत्यारे, सिंचनासाठी उपयोगात आणल्या जाणाऱ्या सर्व वस्तू, ॲग्रो इंजीनियरिंग साहित्य आणि शेतीमधील उपयोगात आणली जाणारी वाहने यांच्यावर मोठ्या प्रमाणात कर आकारला जातो. त्यातून शासकीय महसुलात वाढ होत असते. उदा. शेतीसाठी उपयुक्त असणारे वाहन म्हणजे ट्रॅक्टर. ट्रॅक्टर खरेदी करताना शेतकऱ्यांना अनुदान सबसिडी दिली जाते. परंतु दुरुस्तीच्या वेळी या वाहनांच्या सुट्या भागावर मोठ्या प्रमाणात कर आकारले जातात. याशिवाय स्थानिक स्वराज्य संस्थांनाही कृषी मालाच्या विक्रीतून महसूल प्राप्त होतो. शेतमालाची विपणन व्यवस्था करणाऱ्या कृषी उत्पन्न बाजार समित्यांना महसूल प्राप्त होत असते. अशाप्रकारे केंद्र सरकार, राज्य सरकार आणि स्थानिक स्वराज्य संस्थांना कृषी क्षेत्रातून प्रत्यक्ष व अप्रत्यक्षरीत्या मोठ्या प्रमाणात उत्पन्न मिळत असते.

१३) सामाजिक व राजकीय महत्त्व :

ग्रामीण अर्थव्यवस्था पूर्णतः कृषी आणि कृषीपूरक उद्योगधंद्यांवर आधारित आहे. त्यामुळे कृषी क्षेत्रातील प्रगती ग्रामीण भागातील सामाजिक जीवनामध्ये अनुकूल परिणाम घडवून आणते. कृषी क्षेत्रातील प्रगतीमुळे ग्रामीण भागातील सामान्य लोकांचा जीवन जगण्याचा स्तर देखील उंचावतो. कृषी उत्पादित वस्तूंच्या किमतीत, उत्पादनात जर मोठ्या प्रमाणात चढ-उतार निर्माण झाली तर सामाजिक शांतता व स्थैर्य निघून जाते. सर्वसामान्य लोकांना जगण्यासाठी अन्नधान्याची आवश्यकता असते. उदा. विविध प्रकारचे धान्य, डाळी, तांदूळ, खाद्यतेल यांच्या किमती वाढल्या तर सर्वसामान्य लोकांच्या जीवनामधील महागाईचा आलेख वाढून दैनंदिन जीवनातील आर्थिक स्थैर्य बिघडून जाते. दैनंदिन जीवनामध्ये आवश्यक असलेल्या एखाद्या शेतमाल वस्तूंची किंमत अचानक वाढली तरी सर्वसामान्य लोकांचे आर्थिक बजेट कोलमडते. उदा. कांद्याच्या किमतीमध्ये अचानक झालेली भाववाढ प्रसंगी राजकीय स्थैर्य बिघडविण्यास कारणीभूत ठरते. त्यामुळे शेतमालाच्या व त्याच्या किमतीचा सामाजिक तसेच राजकीय घडामोडींवर मोठ्या प्रमाणात परिणाम होत असतो.

१४) भांडवल निर्मितीत योगदान :

भांडवल निर्मितीचा दर मोठ्या प्रमाणात वाढल्याशिवाय देशाचा आर्थिक विकास होणे शक्य नसते. भारतात कृषी क्षेत्र हे एक मोठे क्षेत्र असल्यामुळे भांडवल निर्मितीमध्ये कृषी क्षेत्राचा महत्त्वाचा सहभाग असतो. जर कृषीक्षेत्रात पुरेशा प्रमाणात भांडवल निर्मिती झाली नाही, तर आर्थिक विकासाच्या प्रक्रियेत त्याचा प्रतिकूल परिणाम होतो. भारतामध्ये अलीकडील काळात शेतीला व्यावसायिक स्वरूप प्राप्त झाल्याने, तसेच कृषी क्षेत्रातील उत्पादकतेचे प्रमाण वाढत असल्याने शेतकऱ्यांचे उत्पन्न देखील वाढत आहे. यामुळे शेतकऱ्यांचे शेतीचे प्रमाणही वाढत आहे. शेतकऱ्यांच्या या पद्धतीचा वापर भांडवल निर्मितीसाठी केला जातो. भारतातील शेतकरी पारंपरिक शेतीशिवाय फळबाग आणि व्यापारी शेतीला महत्त्व देऊ लागल्याने शेतीमधून शेतकऱ्यांना आर्थिक उत्पन्नाचे स्त्रोत वाढलेले आहेत. त्यामुळे ग्रामीण भागातील काही शेतकऱ्यांची भांडवल निर्मिती करण्याची क्षमता वाढलेली दिसून येते. शेतकऱ्यांकडे असलेला अतिरिक्त पैसा जेव्हा बँकांमध्ये सुरक्षित ठेव म्हणून ठेवला जातो तेव्हा एकंदरीत देशाच्या भांडवलामध्ये वाढ होते व या भांडवलाचा उपयोग इतर उद्योगधंद्यांमध्ये केला जातो त्यामुळे निर्यातक्षम शेती ही भविष्यात मोठ्या प्रमाणात भांडवल निर्मिती करू शकते.

१५) आर्थिक नियोजनातील कृषी क्षेत्राची भूमिका :

विविध घटकांचे आर्थिक नियोजन करत असताना कृषी क्षेत्राची भूमिका अत्यंत महत्त्वाची आहे. भारतातील एकूण वाहतुकीत कृषी वस्तूंच्या वाहतुकीचे प्रमाण सर्वाधिक आहे. देशात चांगला पाऊस व चांगल्या हवामानाच्या काळात शेतकऱ्यांचे उत्पन्न वाढते. त्यामुळे औद्योगिक वस्तूंची तसेच सेवांची मागणी मोठ्या प्रमाणात वाढते. म्हणजेच कृषी क्षेत्रात तेजीची परिस्थिती असेल तर एकंदरीत अर्थव्यवस्थेत तेजीचे वातावरण असते. याउलट, कृषी क्षेत्रात मंदीची परिस्थिती असेल तर एकंदरीत अर्थव्यवस्थेतही मंदीचे वातावरण असते. देशातील कृषी क्षेत्रातील वृद्धीचा प्रत्यक्ष परिणाम दारिद्र्य निर्मूलनावर होत असतो. कृषीवस्तूंच्या किंमत पातळीचा परिणाम हा देशातील सर्वसाधारण किंमत पातळीवर होतो एकंदरीत संपूर्ण देशाचा आर्थिक विकास हा कृषी क्षेत्राच्या विकासावर अवलंबून असतो. कृषी हा भारतीय अर्थव्यवस्थेचा कणा आहे. कृषी क्षेत्राचे परिस्थिती चांगली असेल तर संपूर्ण अर्थव्यवस्था देखील तेजीमध्ये असते. भारतातील ७० टक्के लोकसंख्या ग्रामीण भागामध्ये राहते. ग्रामीण भागात उपभोग्य वस्तूंची मोठ्या प्रमाणात मागणी असते. उत्पन्न वाढले तर त्या वस्तूंची मागणी वाढते आणि त्यामुळे कृषी क्षेत्र अत्यंत महत्त्वाची भूमिका बजावते.

१.३ उदारीकरण आणि जागतिकीकरणाच्या अर्थव्यवस्थेत भारतातील कृषी संरचना :

कृषी रचनेच्या या पार्श्वभूमीवर आता आपण कृषी संबंधांचे विश्लेषण कृषी संबंधाच्या विश्लेषणाचा अभ्यास करणे क्रमप्राप्त ठरेल.

१.३.१ उदारीकरण आणि भारतीय कृषी रचना :

१९९१ मध्ये नवीन आर्थिक व्यूहरचना स्वीकारल्यापासून, भारतीय अर्थव्यवस्थेत प्रचंड बदल झाला आहे. उदारीकरणाच्या आगमनानंतर सरकारने खासगी क्षेत्रातील संस्थांना व्यापार व्यवहार करण्यासाठी कमी/मर्यादित नियमन केले. विकसनशील देशांसाठी, उदारीकरणामुळे परदेशी कंपन्या आणि गुंतवणूकीसाठी आर्थिक सीमा खुल्या केल्या आहेत. यापूर्वी, अनेक अडथळे असलेल्या देशांमध्ये प्रवेश करण्यासाठी गुंतवणूकदारांना अडचणींचा सामना करावा लागत असे. या अडथळ्यांमध्ये कर कायदे, परदेशी गुंतवणूकीचे निकष, लेखा नियम आणि कायदेशीर समस्या समाविष्ट आहेत. आर्थिक उदारीकरणामुळे हे सर्व अडथळे कमी झाले आणि खासगी क्षेत्रावरील अर्थव्यवस्थेच्या नियंत्रणावरील काही निर्बंध माफ केले.

अ) अर्थ :

'उदारीकरण' याचा सोपा अर्थ, 'परस्पर सामंजस्याने, परस्परांच्या गरजांचा केला जाणारा सहानुभूतिपूर्वक विचार' सध्याचे जग परस्पर सामंजस्य आणि सहकार्य यावर जास्त आधारित आहे. त्याचे महत्त्व विकसित देशांना, विकसनशील देशांना, अविकसित देशांना पटले आहे. उदारीकरण याचा अर्थ, भांडवल गुंतवणूक, तंत्रज्ञानविषयक देवाण-घेवाण यासंदर्भात आजवर असलेले निर्बंध कमी करणे, परस्परांच्या देशात बाजारपेठा खुल्या करणे, आयात व्यापाराविषयीचे निर्बंध टप्प्याटप्प्याने कमी करणे, परस्परांना सवलती देणे (जकातीचे दर कमी करणे, आयात कोट्याची फेररचना करणे) इत्यादी. भारतासहीत अनेक राष्ट्रांनी 'गॅट करार' या नावाने ओळखल्या जाणाऱ्या आंतरराष्ट्रीय कराराच्या मसुद्यावर (trade agreement) स्वाक्षऱ्या केल्या आहेत. त्यानुसार वर उल्लेख केल्याप्रमाणे सदस्य राष्ट्रांनी परस्परांच्या बाजारपेठा खुल्या करण्याचे मान्य केलेले आहे.

ब) व्याख्या :

उदारीकरणाच्या व्याख्या पुढीलप्रमाणे जाणून घेता येतील :

१) विल्यम जे आणि मोल :

''जेव्हा अर्थव्यवस्थेतील कोणत्याही क्षेत्रात उत्पादन, गुंतवणूक व वितरण करण्यासाठी सहज प्रवेश करता येतो आणि कोणताही उद्योग केव्हाही बंद करण्याचे स्वातंत्र्य असेल तेव्हा त्यास आर्थिक उदारीकरण असे म्हणतात.''

२) डॉ. व्ही.एल. अन्नी :

''निर्यातीस प्रतिबंध करणाऱ्या घटकांची तीव्रता कमी करण्यासाठी बाजाराधिष्ठित किंमत यंत्रणा स्वीकारण्याच्या प्रक्रियेस आर्थिक उदारीकरण असे म्हटले जाते.''

क) उदारीकरण कालावधीत भारतीय कृषी रचना :

उदारीकरण कालावधीत भारतीय कृषी रचना पुढील मुद्यांच्या आधारे जाणून घेता येईल :

१) उदारीकरणाच्या कालावधीत कृषीची वाढ :

१९९०-९३ ते २००३-०६ या दरम्यान कृषी कामगिरीवरील आर्थिक सुधारणांच्या प्रभावावरून कृषी वाढीचा परिणाम दिसून येतो. या कालावधीचे सर्वात महत्त्वाचे वैशिष्ट्य म्हणजे अखिल भारतीय पातळीवर आणि सर्व प्रदेशात कृषी विकासाची गती कमी झाली. १९९०-९३ ते २००३-०६ या काळातील अखिल भारतीय पातळीवर उत्पादन वार्षिक वाढ १९८०-८३ ते १९९०-९३ या कालावधीच्या तुलनेत ३.३७% वरून १.७४% पर्यंत कमी झाली. प्रादेशिक स्तरावर याच काळात कृषी उत्पादनाच्या वाढीचा वार्षिक दर ३.५५% वरून १.५८% पर्यंत घसरला. उत्तर-पश्चिम प्रदेशात ३.६१ ते १%, पूर्वेकडील प्रदेशात ३.२७% ते ३.१५%, मध्य प्रदेशात ३.४९ % आणि दक्षिणेकडील प्रदेशात ०.४८% एवढा दिसतो. सुधारणेनंतरच्या काळात गुजरात बगळता सर्वच राज्ये आणि काही प्रमाणात महाराष्ट्राच्या उत्पादनाच्या वाढीच्या दरात मोठी घट नोंदविली गेली. गुजरात हा अपवाद होता कारण या राज्याने सुधारणा नंतरच्या काळात ५.३३% च्या यादीचा उच्च दर नोंदविला होता. ही लक्षणीय कामगिरी मुख्यतः मागील काळात राज्यात बीटी कापसाच्या फार वेगाने पसरल्यामुळे सुधारणा नंतरच्या काळात कृषी उत्पादन वाढीची घसरण होण्याचे मुख्य कारण म्हणजे सिंचन आणि इतर ग्रामीण पायाभूत विकीत दिसून येणारी धरण होय.

२) शेत जमीन उत्पन्नामध्ये बदल :

उदारीकरणानंतरच्या काळात (१९९०-९३ ते २००३-०६), उदारीकरणपूर्व काळाच्या तुलनेत कृषी उत्पादन आणि शेत जमीन उत्पन्न वाढीचा दर मंदावला. अखिल भारतीय स्तरावर उत्पादन वाढीचा दर ३.३७ % वरून

१.७४% दरावर घसरला, तर उत्पन्न वाढीचा दर ३.१७% वरून १.५२ % दरावर घसरला. १९८०-८३ ते १९९०-९३ च्या तुलनेत १९९०-९३ ते २००३-०६ या काळात सर्व क्षेत्रांमध्ये त्यांच्या उत्पन्नाच्या वाढीची घसरण नोंदविली गेली. बहुतेक राज्यांमध्येही त्यांच्या १९९०-९३ ते २००३-०६ बाढीच्या दरात घसरण नोंदविली गेली. अपवाद म्हणजे गुजरातचा १९९०-९३ ते २००३-०६ या कालावधीत उत्पन्न वाढीचा दर ४.५५% नोंदला गेला. आधी नमूद केल्याप्रमाणे, हे मुख्यतः राज्यांत उच्च मूल्य बीटी कापसाची ओळण आणि वेगवान प्रसार यामुळे होते. सुधारणोत्तर काळात कापसाच्या क्रांतीचे फायदे गुजरातला मिळाले आहेत. आता उत्पन्न वाढीचा दर हा कृषी उत्पादनाच्या वाढीचा मुख्य स्त्रोत असल्याने, बहुतेक भागातील उत्पादनाच्या बाढीच्या दरात घसरण ही योजनाकारांच्या दृष्टीने मोठा चिंतेचा विषय बनला आहे. सिंचनमधील सार्वजनिक गुंतवणूकीतील घट, उत्पन्नाची उपलब्धता न वाढणे, कमी तंत्रज्ञान ही प्रमुख कारणे त्यासाठी जबाबदार आहेत.

क) भारतीय शेतीवर उदारीकरणाचा प्रभाव :

उदारीकरणाचा भारतीय शेतीवरील परिणाम पुढीलप्रमाणे जाणून घेता येईल :

१) धान्य उत्पादन वाढविणे :

नवीन कृषी रणनीती (म्हणजेच हरितक्रांती) सुरू झाल्यानंतर अन्नधान्याच्या उत्पादनात वाढ होत असल्याचा अनुभव भारताला येत आहे. १९७० च्या दशकात वार्षिक वाढीचा दर २.०८% नोंदविला गेला. १९८० च्या दशकात अन्नधान्याच्या वार्षिक वाढीचा दर ३.५१% होता. १९९० च्या दशकात हा वेग कायम ठेवता आला नाही आणि वार्षिक वाढीचा दर १.७ टक्क्यांपर्यंत खाली आला आहे. १९९०-९१ मध्ये अन्नधान्याचे एकूण उत्पादन १७६.४ दशलक्ष टनांवरून २००१-०२ मध्ये २११.९ दशलक्ष टनांपर्यंत वाढले आहे. असे वाटते की देशात कृषी उत्पादनात ४% विकास दर कायम ठेवला गेला तर आपली देशांतर्गत मागणी भागवल्यानंतर देश अन्नधान्याचे मोठ्या प्रमाणात परदेशात निर्यात करू शकेल.

२) बागायती उत्पादनांमध्ये वाढता कल :

भौगोलिक, हवामान आणि माती वैशिष्ट्यांच्या विविधतेमुळे फळ, भाज्या, मसाले, काजू, नारळ आणि कंद पिके, औषधी व सुगंधित वनस्पती इत्यादी मोठ्या प्रमाणात बागायती पिके उगवण्यास भारताला सक्षम करते. भारत सर्वाधिक फळांचा उत्पादन करणारा देश आहे तसेच तो भाजीपाला उत्पादन करणारा जगातील दुसऱ्या क्रमांकाचा देश आहे. भारतात १९९०-९१ ते १९९६-९७ या कालावधीत फळांचे एकूण उत्पादन २९ दशलक्ष टनांवरून ४६.९ दशलक्ष टनांपर्यंत वाढले आहे. १९९०-९१ ते १९९७-९८ मध्ये भाजीपाल्याचे एकूण उत्पादन ६७.२९ दशलक्ष टनांवरून ८०.८ दशलक्ष टनांपर्यंत वाढले आहे. भारत हा सर्वाधिक काजू उत्पादन करणारा देश आहे. १९९०-९१ ते १९९७-९८ मध्ये काजूचे एकूण उत्पादन ३.७ लक्ष टनांवरून ४.३ लक्ष टनांपर्यंत बाह आहे. फळे, भाज्या व इतर बागायती उत्पादनांच्या उत्पादनात वाढ होत असताना या उत्पादनांच्या निर्याती मूल्य सतत वाढत आहे. १९९०-९१ ते १९९८-९९ वा कालावधीत फळे, भाज्या व डाळींच्या निर्यात एकूण मूल्य रु.२१६ कोटीवरून रु. १०२९ कोटीपर्यंत वाढले. १९९७-९८ मध्ये एकट्या फळ आणि भाज्यांच्या निर्यातीचे मूल्य ४९४ कोटी इतके होते. अशाप्रकारे देशाच्या एकूण कृषी निर्यातीमध्ये बागायती उत्पादनांचा सुमारे २५% वाटा आहे.

३) शेतीचे विविधीकरण :

शेती केवळ अन्नधान्याची मागणीच नव्हे तर विकासाच्या इतर गरजा देखील पूर्ण करीत आहे. अलिकडच्या वर्षात, वाणिज्यिक पिक आणि फलोत्पादने, फळे, भाज्या, मसाले, काजू, नारळ आणि फुलझाडे, फळबा

इत्यादी डेअरी व इतर पशुपालन उत्पादनांसाठी बागायती पिकांचे उत्पादन करण्यासाठी कृषी क्षेत्रात विविधता आणली गेली आहे. या उत्पादनांची मागणी मोठ्या प्रमाणात वाढत आहे. त्यामुळे उत्पादन आणि व्यापार या दोन्ही बाबतीत कृषी क्षेत्राच्या विकासास पुष्कळ बाब आहे.

४) फुलांच्या उत्पादनामध्ये वाढ :

कर्नाटक, तामिळनाडू, आंध्र प्रदेश आणि पश्चिम बंगालमध्ये सुमारे ३१,००० हेक्टर जमीन फुलांच्या उत्पादनाखाली आहे. उदारीकरणाच्या स्थापनेपासून फुलांच्या सांस्कृतिक उपक्रमाची व्यावसायिक शेती हळूहळू वाढत आहे. आंतरराष्ट्रीय बाजारात भारतीय फुलांची मागणी सतत वाढत आहे. १९९४-९५ ते १९९९-२००० या कालावधीत कापलेल्या फुलांच्या निर्यातीचे एकूण मूल्य रु.२८.७ कोटी वरून रु.६० कोटी पर्यंत वाढले. सध्या फुलांच्या उत्पादनांच्या निर्यातीची भारतास मोठ्या प्रमाणावर शक्यता आहे.

५) कृषी निर्यात :

शेतीचा आणखी एक महत्त्वाचे उदयोन्मुख प्रवृत्ती/वैशिष्ट्ये म्हणजे कृषी निर्यातीचे वाढते प्रमाण. रोजगाराच्या संधी निर्माण करण्याबरोबरच आर्थिक क्रियांच्या विस्तारात कृषी निर्यात महत्वपूर्ण भूमिका बजावत आहे. निर्यात-आयात धोरण (एक्झिम) २००२-०३ मध्ये कृषी निर्यातीचे प्रमाण वाढविण्यासाठी मोठ्या प्रमाणात संधी उपलब्ध झाल्या आहेत. त्यानुसार १९९०-९१ ते १९९९-२००० या कालावधीत भारतातील कृषी व संलग्न निर्यातीचे मूल्य रु.६२९५.२ कोटीवरून रु.२३६९१ कोटी पर्यंत वाढले. म्हणजेच देशाच्या एकूण निर्यातीपैकी कृषी व संलग्न निर्यातीचे प्रमाण १०.५९% वरून १८.८% पर्यंत वाढले. व्यापार धोरण सुधारणांमुळे भारतीय निर्यातदारांना परदेशी बाजारात कृषी उत्पादने निर्यात करण्याची संधी उपलब्ध झाली आहे. भारतात दरवर्षी किमान २ दशलक्ष टन तांदूळ निर्यात करण्याची क्षमता आहे ज्यामध्ये जवळजवळ ५ लाख टन धान्य बासमती तांदळाचा समावेश आहे. १९९९-२००० मध्ये २० दशलक्ष टनापेक्षा जास्त तांदूळ निर्यात झाला.
भविष्यातील संभाव्यतेसाठी भारतीय निर्यातदारांना आंतरराष्ट्रीय गुणवता मानके पूर्ण करण्यासाठी त्यांची प्रक्रिया व पॅकेजिंग सुविधा सुधारणे आवश्यक आहे. जरी निर्यात केलेल्या उत्पादनांमध्ये काही विविधीकरण झाले असले तरी भारताची बरीच कृषी निर्यात अजूनही पारंपारिक वस्तूंवर अवलंबून असते.

१९९९-२००० मध्ये कृषी निर्यातीचे मूल्य ६.४ अब्ज डॉलर्स होते. ज्यामध्ये पीक आधारित निर्यात कॉफी, चहा, तांदूळ, काजू, मसाले, कापूस इ. सर्व कृषी निर्यातीपैकी तीन चतुर्थांश इतकी भर पडली. १९९३-९४ से १९९९-२००० या कालावधीत देशाच्या एकूण निर्यातीत कृषी निर्यातीची वार्षिक निर्यात १७.२०१% होती. वस्तुतः व्यापार धोरण सुधारणांमुळे भारतीय निर्यातदारांना परदेशी बाजारात कृषी उत्पादनांची निर्यात करण्याची चांगली संधी मिळाली आहे. १९९०-९१ मध्ये आंतरराष्ट्रीय बाजारात २ दशलक्ष टनांहून अधिक तांदूळ पाठविला गेला. भविष्यातील संभाव्यतेचा वापर करण्यासाठी भारतीय निर्यातदारांना त्यांची प्रक्रिया व पॅकेज सुविधा सुधारणे आवश्यक आहे.

६) खाद्य प्रक्रिया :

आर्थिक उदारीकरणामुळे भारतातील अन्न प्रक्रिया उद्योगाच्या विकासासाठी आणि विस्तारास पुरेसा वाव मिळाला आहे. फळझाडे व भाजीपाला नष्ट होणारा असून दरवर्षी ३००० कोटी रुपयांचे नुकसान झाले आहे. असे नुकसान टाळण्यासाठी राष्ट्रीय बागायती मंडळ इन्फ्रास्ट्रक्चर देण्यासाठी व फलोत्पादनाच्या पॅकेजिंग, साठवण आणि वाहतुकीसाठी आवश्यक ती पावले उचलत आहे. हे निर्यात व्यवसायात रोजगाराच्या संधी देखील प्रदान करते. उत्पादन शुल्कातून उद्योगाला सूट देऊन सरकार आवश्यक प्रोत्साहन देणार आहे. या उद्योगात परकीय भांडवलाला

निमंत्रण देण्यासाठी सरकारने ५११७ विदेशी समहक्क भागीदारीला परवानगी दिली आहे आणि देशाच्या अन्न प्रक्रिया उद्योगात परकीय तंत्रज्ञान हस्तांतरणाची तातडीने मंजुरी दिली आहे. १९९४ मध्ये प्रक्रिया केलेल्या फळ आणि भाजीपाल्याच्या उत्पादनात सुमारे १३ टक्क्यांनी वाढ झाली; परंतु १९९७-९८ मध्ये घटून ती ५.२ टक्क्यांवर गेली. तथापि, प्रक्रिया केलेल्या फळांची आणि भाजीपाल्याची निर्यात १९९७-९८ ते १९९९-२००० या कालावधीत रु. ७४५ कोटीवरून रु. ८८९ कोटी पर्यंत वाढली. विविध प्रकारच्या दुधाच्या उत्पादनांचे उत्पादन १९९७ मध्ये २९० हजार टनांच्या तुलनेत २००० मध्ये ३३६ हजार टनांवर झाल्याचा अंदाज आहे.

जनावरांच्या उत्पादनांची (दुधाच्या उत्पादनांसह) निर्यात १९९७-९८ ते १९९९-२००० या कालावधीत रु.९१० कोटीवरून रु. ११०० कोटीपर्यंत वाढली. १९९८-९९ मध्ये सागरी माशांच्या उत्पादनात २.८% वाढ झाली होती आणि सागरी उत्पादनांच्या निर्यातीत वाढ होऊन ती रु. १९९९-२००० मध्ये ५५०० कोटी रुपये होती. १९९७-९८ मध्ये ती ४,६४३ कोटी रुपये होती. १९९१ च्या नवीन औद्योगिक धोरणाअंतर्गत सप्टेंबर १९९८ पर्यंत अन्न प्रक्रिया उद्योगातील विविध उप क्षेत्रात ४६७६ मेमोरंडम (आयईएम) भरण्यात आले आणि त्यामध्ये रु.५३,४९० कोटी इतकी गुंतवणूक झाली. विविध खाद्य प्रक्रिया क्षेत्रात १००% निर्यात देणारी युनिट्स/संयुक्त उपक्रम स्थापन करण्याव्यतिरिक्त, सप्टेंबर १९९८ पर्यंत १८,६६४ कोटी रु. संभाव्य गुंतवणूकीस मंजुरी देण्यात आली.

७) कृषी संसाधनांची वाढती उत्पादकता :

उदारीकरणाचा आणखी एक परिणाम म्हणजे कृषी संसाधनाच्या उत्पादनात वाढ झाली आहे. स्त्रोतांच्या उत्पादनात सुधारणा करणे, सध्याच्या परिस्थितीत वेगवेगळ्या क्षेत्रांमध्ये संसाधनांचे चांगले वाटप आणि अद्ययावत तंत्रज्ञानाद्वारे केले जात आहे. निर्याती संदर्भातील धोरणांवर, अन्न प्रक्रिया आणि विपणनामध्ये नवीन सुधारित तंत्रज्ञानाचा वापर करणे आणि भौगोलिक उपयुक्ततेनुसार पिके लावण्यावर भर दिला जातो.

८) मागास भागात शेती विकसित करणे :

हरितक्रांती नंतरच्या काळात, दोन मुख्य पिकांची उदा. गहू आणि तांदूळ यांच्या उत्पादनात नवीन शेतीविषयक रणनीती, संशोधन आणि तंत्रज्ञानाचा वापर यावर खूप प्रतिबंध होता. परंतु उदारीकरणाच्या लाटेत कृषी निर्यातीची मागणी वाढत असल्याने कृषी कामकाजाची अनेक नवीन क्षेत्रे अनुकूल व फायदेशीर ठरली आहेत. मागासलेल्या भागात सिंचन व्यवस्था नसल्याने कोरडवाहू शेती लोकप्रिय होत आहे. फलोत्पादन, पशुसंवर्धन, मत्स्यपालनासारख्या इतर कामांना प्रोत्साहन देण्यात आले आहे.

९) नवीन जैविक तंत्रे विकसित करणे :

हरितक्रांतीच्या काळात, वाढत्या लोकसंख्येस अन्न देण्यासाठी आवश्यक असलेल्या वाढत्या मागणीची पूर्तता करण्यासाठी रासायनिक खते आणि कीटकनाशकांच्या वाढत्या वापरास मोठ्या प्रमाणात प्रोत्साहन देण्यात आले. परंतु, बाढती लोकसंख्या, अन्नधान्याची सतत वाढती मागणी आणि नैसर्गिक स्त्रोतांचे अमर्याद शोषण यामुळे पर्यावरणाला तसेच कृषी क्षेत्रालाही गंभीर धोका निर्माण झाला आहे. पर्यावरणाला तसेच कृषी क्षेत्राला पुढील कोणत्याही नुकसानीपासून वाचवण्यासाठी आणि कृषी संचालनासाठी जैविक तंत्रज्ञानाचा वाढता करण्यास अनुकूलता दर्शविली गेली आहे आणि नवीन जैविक तंत्रज्ञान विकसित करण्यावर भर दिला जात आहे.

१०) कृषी क्षेत्रात अधिक रोजगाराच्या संधी :

हरितक्रांती आणि यांत्रिकीकरणाच्या परिणामामुळे ग्रामीण भागात रोजगाराच्या संधीमध्ये मोठ्या प्रमाणात घट झाली आहे. विशेष रोजगार कार्यक्रम देखील या उद्देशाने पूर्ण करू शकले नाहीत. परंतु उदारीकरण/जागतिकीकरणाच्या

लाटेतून शेती क्षेत्राची वाढती संभाव्यता, बागायती, फलोत्पादन आणि पशू उत्पादनांमध्ये नवीन कल स्थापित झाला आहे आणि मोठ्या संख्येने रोजगारासाठी बऱ्यापैकी संधी निर्माण केली आहे. है संबंधित क्षेत्र श्रमिक आहे, विशेषत: ग्रामीण भागातील बेरोजगारीच्या समस्येवर अधिक चांगला तोडगा काढू शकेल.

११) अनुदानाचे वाढते प्रमाण :

खत, सिंचन आणि वीज शुल्काच्या संदर्भात शेतीला देण्यात येणाऱ्या अनुदानाचे प्रमाण आपल्या देशात वाढते आहे. केंद्र सरकारने पुरविलेल्या एकूण अनुदानात १९९७-९८ ते १९९९-२००० या कालावधीत रु.१९६४४ कोटीवरून रु.२२९२५ कोटी पर्यंत वाढ झाली. यापैकी सुमारे ७५% रक्कम खत व अन्नधान्याच्या क्षेत्रात देण्यात आली आहे. सध्याच्या उदारीकरणाच्या युगात अर्थसंकल्पात अनुदानाचे प्रमाण कमी करण्याच्या हालचाली सुरू झाल्या आहेत. परंतु राजकीय दबावामुळे सरकारला हे पाऊल उचलण्यास अडथळा निर्माण झाला आहे.

१२) शेतीत गुंतवणूकीचा वाढता कल :

उदारीकरणानंतरच्या काळात कृषी क्षेत्राच्या गुंतवणूकीच्या प्रमाणात बाद होत चालली आहे. परंतु सार्वजनिक क्षेत्राचे प्रमाण कमी होत आहे. १९८०-८१ च्या किंमतीनुसार देशाच्या कृषी क्षेत्रात केलेल्या गुंतवणूकीची एकूण रक्कम १९८०-८१ मध्ये रु. ४६३६ कोटी होती ती १९९०-९१ मध्ये रु.४५९४ कोटीपर्यंत कमी झाली व त्यानंतर वाढून १९९९-२००० मध्ये ती रु. ६९९९ कोटी रुपये होती. या कालावधीत सार्वजनिक क्षेत्रातील गुंतवणूकीचा वाटा हळूहळू ३८.७ टक्क्यांवरून २५.१ टक्क्यांवर आणि त्यानंतर १६.२ टक्क्यांवर आला. कृषी क्षेत्रातील एकूण गुंतवणूकीचे प्रमाण १९९०-९१ ते १९९८-१९९९ या कालावधीत रु. १५८४५ कोटी वरून रु.२०९९५ कोटीपर्यंत वाढले. १९९३-९९ मधील सार्वजनिक क्षेत्रातील गुंतवणूकीचा हिस्सा २८.२ टक्क्यांवरून (४४६८ कोटी रुपये) घसरला आणि १९९८-९९ मध्ये तो २१% (४४१६ कोटी रुपये) झाला, दुसरीकडे, कृषी क्षेत्रात खासगी क्षेत्राच्या गुंतवणूकीचा वाटा १९९३-९४ मधील ७१.८ टक्क्यांवरून (११३७७ कोटी रुपये) १९९८-९९ मध्ये ७९% (१६५७९ कोटी रुपये) वाढला होता.

१३) कृषी पतसंस्था :

उदारीकरणाच्या लाटेने संस्थागत शेती पत वाढीस प्रोत्साहन दिले आहे. स्वातंत्र्योत्तर काळाच्या सुरुवातीच्या टप्प्यात भारतीय शेतकरी असंघटित शेती पतपुरवठा स्त्रोतांवर अवलंबून होते. बिगर संस्थात्मक स्त्रोत यामध्ये सावकार, व्यापारी, अडते, दलाल, नातेवाईक, जमीनदार आणि इतरांचा समावेश होतो. प्रामुख्याने सावकार हा सर्वात महत्त्वाचा स्त्रोत दिसून येतो. १९५१-५२ मध्ये कृषी पतपुरवठ्यात एकट्या सावकाराचा वाटा ६९.७% एवढा होता. नंतरच्या काळात सावकाराचा हिस्सा कमी होत गेला. परंतु आजही कृषी कर्ज पुरवठ्यात सावकाराचे प्रमाण मोठ्या प्रमाणात दिसून येते. २०१५ मध्ये एकूण कृषी कर्ज पुरवठ्यात बिगर संस्थात्मक मार्गांतून प्राप्त झालेल्या कर्जाचे प्रमाण २८% एवढे होते. यावरून ग्रामीण भागात सावकाराचे वर्चस्व दिसून येते. १९५१ मध्ये एकूण कृषी वित्तपुरवठा यात संस्थात्मक (सहकारी संस्था, व्यापारी बँका, प्रादेशिक ग्रामीण बँका) कृषी वित्तपुरवठ्याचे प्रमाण १०% होते. १९८१ मध्ये ६३% वाढले. २०१५ मध्ये हे प्रमाण ७२१% पर्यंत वाढले.

अशाप्रकारे असे दिसून आले आहे की, उदारीकरणाच्या लाटेने देशाच्या कृषी क्षेत्रावर अनेक अनुकूल परिणाम घडवले आहेत. उदयोन्मुखतेच्या काळात उदयास येणाऱ्या प्रवृत्तींमध्ये वाढती उत्पादकता, वाढती गुंतवणूक, क्षेत्राची विविधता, आधुनिक तंत्राचा वापर, फळबाग व फलोत्पादन यांचा विकास, निर्यातीचे वाढते प्रमाण आणि अन्नप्रक्रिया उद्योगाचा विकास यांचा समावेश आहे. भारत कृषी व संबंधित क्षेत्राच्या विकासाची संधी घेऊ शकतो जेथे बहुसंख्य कामगार कार्यरत असताना कृषी आधुनिकीकरण आणि विकासासाठी भरपूर वाव उपलब्ध आहे.

१.३.२ जागतिकीकरण आणि भारतीय कृषी रचना :

जागतिकीकरण हा शब्द आंतरराष्ट्रीय एकात्मता संदर्भित करतो. यामध्ये जागतिक व्यापार उघडणे, संवादाच्या प्रगत माध्यमांचा विकास, वित्तीय बाजाराचे आंतरराष्ट्रीयकरण, बहुराष्ट्रीय कंपन्यांचे (MNC) वाढते महत्त्व, लोकसंख्या स्थलांतर आणि व्यक्ती, वस्तू, सेवा, भांडवल, डेटा आणि कल्पनांची अधिक गतीशीलता यांचा समावेश आहे. ही एक अशी प्रक्रिया आहे ज्याद्वारे विविध जग एकाच समाजात एकत्रित केले गेले आहे. थोडक्यात जगाची निर्मिती ही जागतिक गावात झाली आहे. २० व्या शतकाच्या शेवटी शीतयुद्धाच्या समाप्तीनंतर आणि सोव्हिएत युनियनच्या विघटनामुळे जगावर राज्य करण्याची ही अलीकडील संकल्पना आहे. विविध जागतिक अर्थव्यवस्थांमध्ये रचनात्मक बदलांची गरज, बाजारपेठेशी संबंधित अर्थव्यवस्थांचे वर्चस्व, खासगी संसाधनांचे वाढते महत्त्व, जागतिक बँक आणि आयएमएफसारख्या इतर आंतरराष्ट्रीय संस्थांनी भारतासारख्या बऱ्याच विकसनशील देशांमध्ये ही प्रक्रिया सुरू केली आहे. यामुळे विकसनशील देशांना नवीन संधी मिळाल्या आहेत. परदेशी बाजारपेठेमध्ये मोठ्या प्रमाणात प्रवेश करणे, तंत्रज्ञान हस्तांतरण, सुधारित उत्पादनक्षमता आणि उच्च जीवनमान हे या प्रक्रियेचे काही फायदे भारतासारख्या देशांना आहेत. परंतु यामुळे देशांमध्ये आणि देशांमधील वाढती असमानता, आर्थिक बाजारपेठेतील अस्थिरता आणि पर्यावरणीय बिघाड यासारखी नवीन आव्हाने देखील निर्माण झाली आहेत. भारतीय कृषीप्रधान अर्थव्यवस्था असल्याने जागतिकीकरणाचा भारतीय अर्थव्यवस्थेवर होणारा परिणाम जाणून घेणे शहाणपणाचे आहे.

अ) अर्थ :

जागतिकीकरण (globalisation) म्हणजे देशांतर्गत अर्थव्यवस्थेची जागतिक अर्थव्यवस्थेशी सांगड घालणे होय. जागतिकीकरणाचा संबंध आर्थिक एकत्रिकरणाशी आहे. तसेच तो राष्ट्रांराष्ट्रांतील वाढत्या आर्थिक परस्परावलंबीत्वाशी आहे. जगाची एकच मोठी बाजारपेठ निर्माण करण्याची प्रक्रिया म्हणजे जागतिकीकरण होय. जागतिकीकरणाच्या प्रक्रियेत आंतरराष्ट्रीय पातळीवरील व्यापार, भांडवल प्रवाह, तंत्रज्ञानाचा प्रवाह सुकरपणे होण्याच्या मार्गातील अडथळे दूर करणे अपेक्षित आहे. जागतिकीकरण म्हणजे तौलानिक खर्च सिद्धांताची आवृत्तीच होय. जागतिक व्यापार संघटनेच्या चौकटीत जगातील राष्ट्रांना एकत्रित आणण्याचा प्रयत्न जागतिकीकरणाच्या माध्यमातून होत आहे. जागतिकीकरणात संपूर्ण जगाचा सहभाग अपेक्षित असून यातून राष्ट्रीय बाजारपेठेचा आंतरराष्ट्रीय बाजाराच्या दिशेने विस्तार होत आहे. जागतिकीकरणामुळे भारतीय उद्योगांपुढे जागतिक पातळीवरील स्पर्धेचे आव्हान निर्माण झाले आहे.

ब) व्याख्या :

जागतिकीकरणाच्या व्याख्या पुढीलप्रमाणे सांगता येतील :

१) सी.टी. कुरियन :

''परस्परातील व्यवहारातून आणि वैयक्तिक उद्दिष्टे साध्य करण्याच्या प्रक्रियेतून कालांतराने एक वैशिष्ट्यपूर्ण अर्थव्यवस्था अस्तित्वात येते त्यास जागतिकीकरण असे म्हणतात.''

२) रुसी मोदी :

''जागतिकीकरण म्हणजे खुली स्पर्धा आणि नवीन तंत्रज्ञान यांच्या साहाय्याने उत्पादकता आणि उत्पादन वाढविणे तसेच संपूर्ण जगाची एकच बाजारपेठ करुन त्यात वस्तू व सेवांची विक्री करणे होय.''

३) श्री. कुमार सिंग :

''जगातील सर्वच राष्ट्रांची एकच बाजारपेठ निर्माण करुन त्यात जगातील साधन-सामग्रीचे आणि भांडवलाचे सहजतेने परिचलन निर्माण करणे म्हणजेच जागतिकीकरण करणे होय.''

क) जागतिकीकरण आणि भारतीय कृषी रचना :

१९९१ मध्ये भारताने जागतिकीकरणाच्या प्रक्रियेत प्रवेश केला, जेव्हा देशात तीव्र आर्थिक पेचप्रसंग निर्माण झाला होता. आर्थिक पेचप्रसंगावर मात करण्यासाठी भारताने आंतरराष्ट्रीय नाणेनिधीकडे आर्थिक मदतीसाठी संपर्क साधला. भारतीय अर्थव्यवस्थेत काही रचनात्मक बदल आणि सुधारणा करण्याच्या अटीवर आयएमएफने मदत दिली. १९९४ मध्ये, भारतासह १२४ देशांची डंकेल प्रस्तावावर स्वाक्षरी झाली आणि १ जानेवारी १९९५ मध्ये जागतिक व्यापार संघटनेची स्थापना करण्यात आली. सदस्य देशांनी डब्ल्यूटीओमार्फत जागतिकीकरणात भाग घेतला. या सुधारणांचे आणि बदलांचे विस्तृतपणे तीन भागात वर्गीकरण केले जाऊ शकते. उदारीकरण, खाजगीकरण आणि जागतिकीकरण (एलपीजी). यामध्ये बाजारावरील सरकारी नियंत्रण मागे घेणे, सार्वजनिक क्षेत्रातील संस्थांचे खासगीकरण करणे आणि मुक्त व्यापार सक्षम करण्यासाठी निर्यात अनुदान कमी करणे तसेच आयात अडथळे यांचा समावेश आहे.

भारताने गॅटवरही स्वाक्षरी केली आणि जागतिक अर्थव्यवस्थेसाठी आपली अर्थव्यवस्था उघडली. सुरुवातीला ही प्रक्रिया व्यापार आणि गुंतवणूकीच्या अडथळ्यांमुळे रोखली गेली पण उदारीकरणानंतर जागतिकीकरणाची लगती वेगवान झाली. भारत हा एक कृषिप्रधान अर्थव्यवस्था म्हणून ओळखला जाणारा देश असल्याने, हे माहित असणे आवश्यक आहे की देशातील कृषी क्षेत्र या प्रक्रियेशी कसे जोडलेले आहे. सुरुवातीला जागतिक व्यापार करारामुळे शेती आपल्या धोरणांच्या चौकटीत आली. करारामध्ये व्यापलेल्या जबाबदाऱ्या आणि शिस्त ज्या कृषी व्यापारात सुधारणा करण्याचा प्रयत्न करतात आणि शेतीवरील बाजारपेठ धोरणाला आधार देतात, बाजारपेठेतील प्रवेश, घरगुती आधार, निर्यात स्पर्धा/अनुदान आणि व्यापार संबंधित बौद्धिक संपत्ती हक्क या पैलूंशी संबंधित आहेत (ट्रिप्स). आंतरराष्ट्रीय व्यवहारातील साधेपणासाठी काही करार केले. उदारीकरणामुळे शेतीसह व्यापाराच्या सर्व क्षेत्रांमध्ये अभूतपूर्व मागणी निर्माण झाली. यामुळे भारत सरकारकडून व्यावहारिकतेची मागणी केली गेली. जागतिकीकरणाने सर्वत्र प्रगती केल्याने, सरकारला कृषी क्षेत्रातही सुधारणा आणण्याची गरज भासली.

कृषी क्षेत्रातील व्यापार उदारीकरण साध्य करण्यासाठी कृषी धोरणांमध्ये सुधारणा करणे आवश्यक वाटले. ग्रामीण भागातील लहान आणि सीमांत शेतकऱ्यांनी संस्थात्मक कृषी वित्तपुरवठा करणाऱ्यांकडून २०% कर्ज घेतले होते आणि उर्वरित ८०% कर्ज खाजगी सावकारांकडून घेतले होते की ज्यांचा मासिक व्याजदर २५ टक्क्यांपेक्षा अधिक असतो. २००५ मध्ये एनएसएसओ २ च्या सर्वेक्षणात असे आढळले आहे की सर्व शेतीपैकी ६६% कुटुंबांकडे एक हेक्टरपेक्षा कमी जमीन आहे. हे देखील आढळले की सर्व शेतकरी कुटुंबांपैकी ४८.६% कर्जबाजारी आहेत. त्याचवर्षी शेतकरी कल्याण समितीने दिलेल्या अहवालात असे निष्कर्ष काढले गेले की शेती ही संकटाच्या अवस्थेत आहे, सर्वांत तीव्र बाब म्हणजे शेतकऱ्यांमधील आत्महत्यांमध्ये वाढ. देशभरातील शेतकरी आत्महत्यांची आकडेवारी पाहता हे संपूर्ण भारतीय शेतीला लागू आहे असे म्हणता येईल.

भारतीय कृषी क्षेत्राचे विहंगावलोकन असे दर्शविते की जागतिकीकरणामुळे भारतात अपेक्षित परिणाम झाला नाही. दारिद्र्य कमी करण्यात आणि सामाजिक असमानता दूर करण्यात अल्प योगदान आहे. या प्रक्रियेची इच्छित उद्दीष्टे भारतात प्राप्त झाली नाहीत. आतापर्यंत कृषी क्षेत्राच्या बाबतीत भारतात संमिश्र परिणाम दिसून येतात. भारतीय अर्थव्यवस्थेत शेती क्षेत्र महत्त्वाची भूमिका बजावते हे अभ्यास केल्यानंतर दिसून येते कृषी क्षेत्र ६०% रोजगार उपलब्ध करून देते. शेती भारताच्या स्थूल राष्ट्रीय उत्पादनात १५ ते २०१% इतका वाटा उचलते. १९९१ नंतर जागतिकीकरणाच्या या अवलंबनामुळे कृषी क्षेत्राची वाढ झाली; परंतु शेतकऱ्यांची आर्थिक

परिस्थिती समाधानकारक दिसून येत नाही. त्याचे कारण आदानांचा खर्च खूप वाढला आहे आणि उत्पादन खर्च भरून निघेल एवढी किंमत शेतमालाला मिळत नाही.

UNCTD चे माजी सरचिटणीस, गमानी कोरेयाच्या शब्दात, जागतिकीकरणाने समानतेची प्रक्रिया करण्याऐवजी विज्ञान आणि तंत्रज्ञानातील मक्तेदारी, भांडवलाचा प्रवाह, नैसर्गिक संसाधनांमध्ये प्रवेश दळणवळण आणि आण्विक शस्त्र यादृष्टीने राष्ट्रांमधील अंतर आणखी वाढविले आहे.

ड) भारतीय शेतीवरील जागतिकीकरणाचा परिणाम :

भारतीय शेतीवर जागतिकीकरणाचा परिणाम भारतीय शेतीवरील जागतिकीकरणाचे काही परिणाम खालीलप्रमाणे आहेत :

१) आधुनिक कृषी तंत्रज्ञानाची उपलब्धता :

कीटकनाशके, औषधी वनस्पती आणि खतांमध्ये आधुनिक कृषी तंत्रज्ञानाची उपलब्धता तसेच उच्च उत्पादन पिकांच्या नवीन जातींना अन्न उत्पादन वाढविण्यासाठी वापरले जाते. या तंत्रज्ञानामध्ये सिंचन प्रकल्प, कीटकनाशके, सिंथेटिक नायट्रोजन खत आणि त्यावेळी उपलब्ध असलेल्या पारंपरिक, विज्ञान आधारित पद्धतींद्वारे विकसित केलेल्या पिकांच्या सुधारित जाती यांचा समावेश आहे. तांदळाच्या खठ्ठ प्रकारांप्रमाणे उच्च उत्पन्न देणाऱ्या वाणांचा (एचबायव्ही) वापर, पुरेसे सिंचन, कीटकनाशके आणि खतांच्या उपस्थितीत एचायव्हीने पारंपारिक वाणांचे लक्षणीय प्रदर्शन केले.

२) उत्पादन व उत्पादकता वाढ :

एचबायव्ही तंत्रज्ञानाचा अवलंब केल्यामुळे देशात धान्य उत्पादन मोठ्या प्रमाणात वाढले. गव्हाचे उत्पादन (१९६५ मध्ये) ८.८ दशलक्ष टनांवरून १९९१-९२ मध्ये १८४ दशलक्ष टनांनी वाढले आहे. इतर अन्नधान्यांची उत्पादकता मोठ्या प्रमाणात वाढली आहे. भारतात १९६५-६६ आणि १९८९-९० या कालावधीत धान्य ७१%, गहू १०४% आणि भात ५२% एवढ्या प्रमाणात वाढ झाली. अन्नधान्याच्या उत्पादनात बरीच वाढ झाली आहे पण हरित क्रांतीचा धान्य, डाळी आणि काही नगदी पिक यावर परिणाम झाला नाही. थोडक्यात सर्व पिकांमध्ये हरित क्रांतीचे फायदे समान प्रमाणात दिसून येत नाहीत.

३) राष्ट्रीय उत्पन्नाची वाढ :

भारताच्या कृषी मालासाठी आंतरराष्ट्रीय बाजारपेठ मिळाल्यामुळे शेतकऱ्यांच्या कृषी उत्पादनात वाढ आहे. नवीन तंत्रज्ञान, नवीन बियाणे, नवीन शेती पद्धती इ. कृषी उत्पादन वाढविण्यात मदत करतात. आर्थिक दृष्टीकोनातून कृषी क्षेत्राचा वाटा जीडीपीच्या (२०१०-११) १४.२१% पर्यंत वाढला आहे.

४) रोजगाराचे नवीन क्षेत्र :

कृषी उत्पादनांची निर्यात करताना उत्पादनांचे वर्गीकरण करणे, त्याचे मानकीकरण व प्रक्रिया करणे, पॅकिंग इ. आवश्यक आहे. म्हणूनच, एलपीजीनंतर कृषी संबद्ध उद्योगांनी पॅकिंग, निर्यात, मानकीकरण, प्रक्रिया, वाहतूक आणि कोल्ड स्टोरेज इत्यादी विविध क्षेत्रात रोजगार निर्माण केला आहे. शेतीवर अवलंबून असणारे उद्योगांमुळे रोजगारात वाढ झाली आहे. कृषी ही भारतीय अर्थव्यवस्थेतील सर्वात मोठी असंघटित क्षेत्र आहे आणि एकूण असंघटित कामगार शक्तींमध्ये ९०% पेक्षा जास्त वाटा आहे. एकूण रोजगारामध्ये शेतीचा वाटा ५२.१% आहे.

५) प्रधान क्षेत्र म्हणून शेती :

भारतातील कृषी क्षेत्राच्या वाढीचा औद्योगिक विकास आणि भारतातील राष्ट्रीय उत्पन्नाशी संबंध आहे. असे मानले जाते की कृषी वाढीच्या ११% वाढीमुळे औद्योगिक उत्पादनात ०.५% आणि भारताच्या राष्ट्रीय उत्पन्नात

०.७% वाढ होते. विशेषतः एलपीजीनंतर भारतातील कृषी क्षेत्र वेगाने विकसित होत आहे. याचा परिणाम म्हणून, २००२ मध्ये भारत सरकारने शेती ही भारतीय अर्थव्यवस्थेचे प्रधान क्षेत्र म्हणून घोषित केले. जागतिक व्यापार संघटनेच्या आकडेवारीनुसार २०११ मध्ये जागतिक निर्यात आणि कृषी व अन्न उत्पादनांची आयात अनुक्रमे १.६६ लाख कोटी डॉलर्स (ट्रिलियन) आणि १.८२ लाख कोटी डॉलर्स (ट्रिलियन डॉलर्स) होती. यामध्ये भारताचा वाटा अनुक्रमे २.०७% आणि १.२४% आहे.

६) व्यापारातील वाढता वाटा :

डब्ल्यूटीओच्या अटींमुळे सर्व देशांना समान संधी मिळतात, म्हणून कृषी उत्पादनांच्या निर्यातीत वाढ झाली आहे. जागतिक बँकेने दिलेल्या आकडेवारीनुसार, जागतिकीकरण झाल्यानंतर १९९५ पाच वर्षात निर्यातीत (वस्तू आणि सेवा) भारताचा वाटा ०.५४% वरून ०.६७% झाला. त्याच काळात भारतीय निर्याती १०३% वाढ झाली.

७) कृषी निर्यातीची वाढ :

आंतरराष्ट्रीय बाजारात कृषी वस्तूंच्या किंमती भारतीय बाजारपेठेपेक्षा जास्त आहेत. जर विकसित देशांनी अनुदान कमी केले तर त्यांच्या किंमती वाढवाव्या लागतील; तर भारतीय बाजारपेठेत निर्यातीत वाढ होईल आणि जर भाव वाढले तर नफा होईल. अर्थव्यवस्थेच्या एकूण निर्यात उत्पन्नाच्या १०.२३% कृषी उत्पादनांचा वाटा आहे, तर कृषी आयात एकूण आयातीपैकी फक्त २.७४% आहे. २०१२-१३ मध्ये कृषी निर्यात ३३.५४ अब्ज डॉलर होती.

८) गरीबी कमी :

जागतिकीकरणामध्ये सामान्यतः श्रीमंत आणि गरीब यांच्यातील दरी वाढत जाते. दारिद्र्य, जे मृत्यूपेक्षा वाईट आहे, ते दूर करणे ही भारताची पूर्वीची चिंता आहे आणि जर भारत प्रयत्न करत असेल तर जागतिकीकरण यातून मुक्त होण्याची गुरुकिल्ली असू शकते. याव्यतिरिक्त, दारिद्र्य रेषेखालील लोकांची टक्केवारी हळूहळू कमी होत आहे, ती १९९३-९४ मधील ३६% वरून २०११-१२ मध्ये २१.९% झाली आहे.

९) कर्जाचा सापळा आणि शेतकरी आत्महत्या :

कृषी क्षेत्रातील सध्याच्या संकटाला कारणीभूत असलेल्या प्रत्येक कारणांचे परीक्षण करण्याची आणि उदारीकरण धोरणांनी घेतलेल्या भूमिकेचे विश्लेषण करण्याची गरज आहे. उदाहरणार्थ, आंध्रप्रदेशने जागतिक बँकेबरोबर पहिल्यांदा राज्यस्तरीय करार केला, ज्यात त्याच्या राज्य उद्योग आणि सरकारमधील सुधारणांच्या बदल्यात ८३० दशलक्ष डॉलर्सचे कर्ज देण्यात आले. त्याने जागतिक बँकेच्या उदारीकरण धोरणांची मोठ्या उत्साहाने अंमलबजावणी केली आहे. तथापि राज्यातील शेतकरी आत्महत्यांचे प्रमाण वाढले आहे. नॅशनल सॅम्पल सर्व्हे (एनएसएसओ) अहवाल २००५ असे सूचित करते की २ पैकी एक शेतकरी कुटुंब कर्जात आहे आणि केवळ १०% कर्ज अनुत्पादक कारणांसाठी घेतले गेले. तसेच ३२.७% शेतकरी अजूनही सावकारावर अवलंबून आहेत. नॅशनल क्राइम रेकॉर्ड ब्युरोने दिलेल्या वृत्तानुसार १९९७-२००५ दरम्यान १,५६,५६२ शेतकऱ्यांनी आत्महत्या केली. त्यापैकी जवळपास ६०% महाराष्ट्र, आंध्र प्रदेश, कर्नाटक आणि मध्य प्रदेश या ४ पुरोगामी राज्यांमध्ये झाली. कर्नाटकात २० टक्क्यांहून अधिक आत्महत्या झाल्या आहेत; म्हणूनच, उदारीकरणाचा अनुभव गंभीर आहे.

१०) कामगारांचे स्थलांतर :

कमी उत्पादकता आणि साठवणूक सुविधांच्या अभावामुळे आधीच लकवा/अपंग झालेल्या भारतीय शेतकऱ्यांसाठी उत्पादन व महसुलाचे मोठ्या प्रमाणात नुकसान झाले आहे. हे फक्त उदारवादी आयात शुल्कामुळे कमी झाले

आहे. शेतकरी आंतरराष्ट्रीय बाजाराची स्पर्धात्मकता टिकवू शकला नाही, ज्यामुळे शेतीतून कामगार इतर औद्योगिक कार्यात स्थलांतरित झाले आहेत.

११) ग्रामीण शेतकऱ्यांचे कमी उत्पन्न :

नोबेल पारितोषिक विजेते अर्थशास्त्रज्ञ जोसेफ स्टिग्लिट्ज यांच्या मते, व्यापार करारामुळे आता कृषी मालास वगळता बहुतांश अनुदानावर बंदी आहे. यामुळे विकसनशील देशातील अनुदान मिळत नसलेल्या शेतकऱ्यांचे उत्पन्न कमी होते. विकसनशील देशांपैकी ७०% लोक थेट किंवा अप्रत्यक्षपणे शेतीवर अवलंबून असल्याने याचा अर्थ विकसनशील देशांचे उत्पन्न कमी होत आहे. परंतु कोणत्याही मानकांद्वारे वापरल्या जाणाऱ्या, आजची आंतरराष्ट्रीय व्यापार व्यवस्था विकसनशील देशांवर अन्यायकारक आहे. सरासरी युरोपियन गायीला दररोज २ डॉलर (जागतिक बँकेचे दारिद्र्य मापन) अनुदान मिळते, याकडेही त्यांनी लक्ष वेधले. असे दिसून येते की विकसनशील देशातील गरीब व्यक्तीपेक्षा युरोपमधील गाय असणे चांगले आहे.

१२) आंतरराष्ट्रीय स्पर्धा कमी करणे :

भारतात ६०% लोक शेतीवर अवलंबून आहेत. वाढत्या लोकसंख्येमुळे शेतीवरील हा दबाव दिवसेंदिवस वाढत आहे. भारतीय शेतकऱ्यांकडे सीमांत जमिनीचे प्रमाण खूप मोठया प्रमाणावर असल्यामुळे उत्पादन खर्चात याद होत असते आणि दुसऱ्या बाजूने कृषी उत्पादनांची गुणवत्ता व प्रमाणीकरण याकडे दुर्लक्ष केले जाते. शिवाय अनुदानाचे प्रमाण कमी झाल्यामुळे कृषी क्षेत्र कमकुवत झाले आहे.

याउलट डब्ल्यूटीओने दिलेले अनुदान कमी करण्यापूर्वी विकसित देशांनी मोठ्या प्रमाणात अनुदान वाटप केले होते. १९८८–९४ दरम्यान त्यांनी कृषी क्षेत्रातील मोठ्या प्रमाणावर अनुदानाची रक्कम वाढविली होती. त्यामुळे अनुदानामध्ये कपात झाल्यास त्यांना अनेक अडचणींचा सामना करावा लागणार नाही अशी दक्षता प्रगत राष्ट्रांनी घेतली होती. या पार्श्वभूमीवर शेतकरी आंतरराष्ट्रीय बाजारपेठेत स्पर्धा करण्याच्या मनःस्थितीत नाहीत.

१३) खते आणि कीटकनाशकांच्या किंमतींमध्ये असामान्य दरवाढ :

जागतिकीकरणानंतर लगेचच भारतीय रुपया २५ टक्क्यांनी घटला आणि जागतिक बाजारपेठेत भारतीय पिके खूपच स्वस्त व आकर्षक झाली आणि यामुळे भारतीय शेतकऱ्यांना निर्यातीस प्रोत्साहन मिळाले आणि पारंपारिक पिकांचे मिश्रण वाढविण्यापासून ते कापूस आणि तंबाखू, मिरचीसारख्या नगदी पिकांना निर्यात करण्यास उद्युक्त केले. पारंपारिक पिकांच्या आवश्यकतेपेक्षा या 'नगदी पिकांना' किटकनाशके, खते आणि पाण्याचे जास्त प्रमाण आवश्यक असते. यामुळे खते आणि कीटकनाशकांच्या किंमतीमध्ये ३००% वाढ झाली.

१४) वीज दरात वाढ :

उदारीकरणपूर्व, अनुदानित बीज धोरणामुळे शेतकऱ्यांना उत्पादन खर्च कमी राहण्यास मदत झाली. जेव्हा शेतकऱ्यांनी रोख पिकांच्या लागवडीकडे आपले लक्ष वळविले तेव्हा विजेच्या किंमतीत नाटकीय वाढ झाली. नगदी पिकांना अधिक पाणीपुरवठा करण्यासाठी विजेचा वापर करावा लागतो परिणामी बीज दरात बाद होत गेली. आंध्र प्रदेश पारंपारिक दुष्काळग्रस्त असल्याने परिस्थिती आणखीच बिकट झाली. आंध्र प्रदेशात १९९८ ते २००३ दरम्यान बीज दरात ५ पट वाढ करण्यात आली. भारतातील केवळ ३९% लागवडी खालील जमीन सिंचनाखाली आली आहे. नगदी पिकांची लागवड मोठ्या प्रमाणात करता येण्यासारखी नाही, परंतु निर्यात प्रोत्साहन देणारी उदारीकरण धोरणे आणि नफा शोधत असलेल्या बियाणे कंपन्या मात्र शेतकऱ्यांच्या या प्रश्नाकडे दुर्लक्ष करत आहेत..

१५) किमतीतील मोठी घसरण :

डब्ल्यूटीओच्या सुधारणांनुसार भारत सरकारने आयात शुल्क व जकात हटविली. पूर्वी हे देशांतर्गत उत्पादकांचे संरक्षण व प्रोत्साहन करण्यासाठी धोरण म्हणून काम करत होते. २००१ पर्यंत भारताने अन्नासह जवळपास १,५०० वस्तूंच्या आयातीवरील निर्बंध पूर्णपणे काढून टाकले. परिणामी, स्वस्त आयातीने बाजारात प्रचंड आवक झाल्याने संबंधित शेतमालाच्या किमती झपाट्याने कमी झाल्या आणि कापूस, मिरपूड यासारख्या पिकांच्या किंमती खाली आणल्या. याचा परिणाम म्हणजे २००३ पर्यंत महाराष्ट्रात आत्महत्या करीत असलेले बहुतेक शेतकरी कापूस पट्ट्यात केंद्रित होते (त्यानंतर धान्य उत्पादक शेतकऱ्यांनी आत्महत्या करण्याचा निर्णय घेतला). त्याचप्रमाणे मिरपूडसाठी जगातील ख्याती असलेल्या केरळला सार्क देशांमधून मिरचीच्या आयातीवर ०% शुल्क आकारले गेले आहे. १९९८ मध्ये किंटलला २७००० रुपये प्रतिकित्ती विकल्या गेलेल्या मिरचीची किंमत २००४ मध्ये ५००० रुपयांवर घसरण झाली.

१६) कृषी रोजगारात घसरण :

१९५१ मध्ये शेतीमुळे लोकसंख्येच्या ७२% लोकांना रोजगार मिळाला आणि एकूण देशांतर्गत उत्पादनात ५०% वाटा होता. तथापि, २००१ पर्यंत शेतीवर अवलंबून असलेली लोकसंख्या ५८ टक्क्यांवर आली तर जीडीपीमध्ये शेतीचा वाटा २४ टक्क्यांपर्यंत खाली आला आणि २००६-०७ मध्ये ते २२ टक्क्यांवर गेले. यामुळे शेतकयांचे दरडोई उत्पन्न कमी झाले आहे आणि ग्रामीण कर्जबाजारीपणा वाढत गेला.

१.४ धोरणात्मक हस्तक्षेपाची गरज :

भारत हा कृषी आधारित देश आहे. भारताच्या स्थूल राष्ट्रीय उत्पादनात (GDP) शेती क्षेत्राचा वाटा कमी होत असला तरी बहुतांश लोकसंख्या जगण्यासाठी शेतीवर अवलंबून आहे. या क्षेत्राचा परिणाम बऱ्याच लोकांच्या जीवनावर होत असल्याने स्वातंत्र्यानंतर योग्य कृषी धोरण विकसित करण्याचा प्रयत्न केला गेला आहे, ज्यामुळे उत्पादन वाढीस प्रोत्साहन मिळेल. स्वातंत्र्यापासून पंचवार्षिक योजनेतून भारतातील कृषी धोरणाच्या विकासाचा आढावा घेतला जातो. कृषी क्षेत्राच्या विविध बाबींशी संबंधित धोरणांचे पुनरावलोकन व उपाय सुचवण्याकरिता विविध समित्या गठित केल्या आहेत जसे कृषी उत्पादन, पत, प्रक्रिया, विपणन इ.

१.४.१ भारतातील कृषी धोरणाची गरज :

भारतातील कृषी धोरणाची गरज पुढीलप्रमाणे जाणून घेता येईल :

१) आदानांची उत्पादकता वाढवणे :

भारताच्या कृषी धोरणाचे एक महत्त्वाचे उद्दीष्ट म्हणजे खरेदी केलेल्या आदानांची उदा. एचवाय ही बियाणे, खते, कीटकनाशके, सिंचन प्रकल्प इत्यादींची उत्पादकता सुधारणे.

२) प्रति हेक्टर मूल्यात वाढ करणे :

देशाच्या कृषी धोरणाचे आणखी एक महत्त्वाचे उद्दीष्ट म्हणजे सर्वसाधारणपणे शेतीची उत्पादकता वाढवून भौतिक उत्पादन वाढवण्याऐवजी प्रत्येक हेक्टर मूल्यात वर्धित करणे तसेच विशेषतः छोट्या व सीमान्त धारणांची उत्पादकता वाढविणे हे आहे.

३) गरीब शेतकऱ्यांच्या हिताचे रक्षण करणे :

गरीब शेतकऱ्यांना संस्थात्मक पतपुरवठा वाढविणे, जमीन सुधारणेद्वारे मध्यस्थी रद्द करून गरीब आणि सीमांत शेतकऱ्यांच्या हिताचे रक्षण करणे हे कृषी धोरणाचे एक महत्वाचे उद्दीष्ट आहे.

४) कृषी क्षेत्राचे आधुनिकीकरण :

कृषी क्षेत्राचे आधुनिकीकरण करणे हे देशातील कृषी धोरणाचे आणखी एक महत्त्वाचे उद्दीष्ट आहे. या धोरणाच्या समर्थनात कृषी व्यवहारात आधुनिक तंत्रज्ञानाची ओळख आणि एचायव्ही बियाणे, खते इत्यादी सुधारित कृषी साधनांचा समावेश आहे.

५) पर्यावरणीय अधोगतीची तपासणी :

भारतीय कृषी धोरणाने भारतीय शेतीचा नैसर्गिक पर्यावरणीय ऱ्हास रोखण्याचे महत्त्वाचे उद्दिष्ट निश्चित केले.

६) कृषी संशोधन व प्रशिक्षण:

भारतीय कृषी धोरणाचे आणखी एक महत्त्वाचे उद्दीष्ट म्हणजे कृषी संशोधन आणि प्रशिक्षण सुविधांना चालना देणे आणि संशोधन संस्था व शेतकरी यांच्यात जवळचे संबंध प्रस्थापित करणे हे आहे.

७) नोकरशाहीतील अडथळे दूर करणे :

या धोरणात शेतकऱ्यांच्या सहकारी संस्था व बचत गटांवरील नोकरशाही अडथळे दूर करण्याचे आणखी एक उद्दीष्ट ठेवले आहे जेणेकरून ते स्वतंत्रपणे काम करू शकतील. शेतकऱ्यांच्या सहकारी संस्था आणि बचत गट यासारख्या संस्थांच्या नोकरशाहीतील अडथळे दूर करणे हे कृषी धोरणाचे आणखी एक महत्त्वाचे उद्दिष्टे दिसून येते.

१.४.२ कृषी उत्पादकतेसाठी धोरण :

आव्हानांवर मात करण्यासाठी, संधींचा फायदा घेण्यासाठी आणि एक लवचिक व उत्पादक कृषी क्षेत्र सुनिश्चित करण्यासाठी कृषी उत्पादकतेच्या संदर्भात धोरणात्मक हस्तक्षेप आवश्यक आहे. अनेक घटक अशा हस्तक्षेपांची आवश्यकता अधोरेखित करतात :

१) अन्न सुरक्षा :

कृषी उत्पादकतेचा अन्नसुरक्षेशी जवळचा संबंध आहे. जसजशी जागतिक लोकसंख्या वाढत आहे, तसतसा सातत्यपूर्ण आणि पुरेसा अन्न पुरवठा सुनिश्चित करणे सर्वोपरि होते. उत्पादकता वाढवणारे धोरणात्मक हस्तक्षेप अन्नाची वाढती मागणी पूर्ण करण्यात आणि अन्नाच्या कमतरतेचा धोका कमी करण्यात मदत करतात.

२) वाढती मागणी :

वाढते उत्पन्न, शहरीकरण आणि आहारातील बदलत्या प्राधान्यांमुळे वैविध्यपूर्ण कृषी उत्पादनांची मागणी वाढत आहे. या विकसनशील ग्राहकांच्या आवडीनिवडी पूर्ण करण्यासाठी धोरणात्मक हस्तक्षेपांमुळे पिकांचे आणि वस्तूंच्या विस्तृत श्रेणीचे उत्पादन सुलभ होऊ शकते.

३) आर्थिक वृद्धी :

अनेक अर्थव्यवस्थांमध्ये, विशेषत: विकसनशील देशांमध्ये कृषी क्षेत्राचे महत्त्वपूर्ण योगदान आहे. उत्पादकता वाढवल्याने कृषी उत्पादनाला चालना मिळू शकते, ग्रामीण लोकसंख्येसाठी उत्पन्न मिळू शकते आणि एकूणच आर्थिक वृद्धीस हातभार लागतो.

४) गरिबी निर्मूलन :

ग्रामीण भागातील अल्पभूधारक शेतकऱ्यांसाठी शेती हेच उपजीविकेचे मुख्य साधन असते. उत्पादकता वाढवणारी धोरणे या शेतकऱ्यांना त्यांचे उत्पन्न वाढवून आणि त्यांचे जीवनमान सुधारून गरिबीतून बाहेर काढू शकतात.

५) शाश्वत संसाधन व्यवस्थापन :

प्रभावी धोरणात्मक हस्तक्षेप शाश्वत शेती पद्धतींना प्रोत्साहन देऊ शकतात जे नैसर्गिक संसाधनांचा जबाबदार वापर सुनिश्चित करतात. पाणी, खते आणि कीटकनाशके यासारख्या निविष्ठा अनुकूल करून, पर्यावरणाशी तडजोड न करता उत्पादकता वाढवता येते.

६) तंत्रज्ञानाचा अवलंब :

आधुनिक कृषी तंत्रज्ञानाचा अवलंब करण्यासाठी धोरण समर्थनामुळे उत्पादकतेत लक्षणीय सुधारणा होऊ शकते. सुधारित बियाणे, यांत्रिकीकरण आणि काटेकोर शेती तंत्राचा प्रवेश जास्त उत्पादन मिळवू शकतो आणि काढणीनंतरचे नुकसान कमी करू शकतो.

७) हवामान बदलासाठी लवचिकता :

हवामानातील बदलामुळे अप्रत्याशित हवामान पद्धती आणि कीड व रोगांचे वाढते धोके यामुळे शेतीसमोर आव्हाने निर्माण होतात. हवामान-लवचिक पद्धती आणि तंत्रज्ञानाला प्रोत्साहन देणारे धोरणात्मक हस्तक्षेप बदलत्या परिस्थितीत उत्पादकता वाढवू शकतात.

८) मूल्य साखळी संवर्धन :

वाहतूक, साठवणूक आणि बाजारपेठेतील प्रवेश सुधारून कृषी मूल्य साखळी मजबूत करणारी धोरणे काढणीनंतरचे नुकसान टाळू शकतात आणि शेतकऱ्यांना त्यांच्या उत्पादनासाठी योग्य भाव मिळतील याची खात्री करतात.

९) ग्रामीण रोजगार :

विशेषतः ग्रामीण भागात शेती हा रोजगाराचा एक महत्त्वाचा स्त्रोत आहे. उत्पादकता वाढवण्याच्या उद्देशाने धोरणे ग्रामीण विकासाला हातभार लावत संपूर्ण कृषी मूल्य साखळीत रोजगाराच्या संधी निर्माण करू शकतात.

१०) जागतिक स्पर्धात्मकता :

जागतिक व्यापाराच्या युगात, कृषी उत्पादकता आंतरराष्ट्रीय बाजारपेठेतील देशाची स्पर्धात्मकता ठरवते. उत्पादकता सुधारून, देश त्यांची निर्यात क्षमता वाढवू शकतात आणि परकीय चलन कमवू शकतात.

११) नवोपक्रम आणि संशोधन :

कृषी संशोधन आणि विकासासाठी संसाधने वाटप करणाऱ्या धोरणात्मक हस्तक्षेपांमुळे सुधारित पीक जाती, शाश्वत पद्धती आणि उत्पादकता वाढवणाऱ्या नाविन्यपूर्ण तंत्रज्ञानाचा विकास होऊ शकतो.

१२) जोखीम कमी करणे :

हवामानातील चढउतार आणि बाजारातील अस्थिरतेसह कृषी उत्पादकता विविध जोखमींना सामोरे जाते. पीक विमा आणि जोखीम व्यवस्थापन धोरण यासारखे धोरणात्मक हस्तक्षेप शेतकऱ्यांच्या उत्पन्नावरील या जोखमींचे नकारात्मक परिणाम कमी करू शकतात.

१.४.३ कृषी समानतेसाठी धोरण :

असमानता दूर करण्यासाठी, सर्वसमावेशकतेला चालना देण्यासाठी आणि कृषी विकासाचे फायदे सर्व भागधारकांमध्ये न्याय्यपणे वितरित केले जातील याची खात्री करण्यासाठी कृषी समानतेच्या क्षेत्रात धोरणात्मक हस्तक्षेप आवश्यक आहे. अनेक कारणांमुळे शेतीतील समानतेला चालना देण्यासाठी धोरणात्मक हस्तक्षेपांचे महत्त्व अधोरेखित होते :

१) उत्पन्न विषमता कमी करणे :

कृषी क्रियाकलापांमध्ये सहसा लहान शेतकरी समाविष्ट असतात ज्यांच्याकडे संसाधने आणि बाजारपेठेत प्रवेश नसतो. अल्पभूधारक गटांना लक्ष्यित आधार आणि संसाधने प्रदान करून लहान शेतकरी आणि मोठे शेतकरी यांच्यातील उत्पन्नातील अंतर कमी करण्यात धोरणात्मक हस्तक्षेप मदत करू शकतात.

२) संसाधनांमध्ये प्रवेश सुनिश्चित करणे :

सर्व शेतकऱ्यांसाठी जमीन, पाणी, पत आणि तंत्रज्ञानाचा समान प्रवेश महत्त्वाचा आहे, त्यांची सामाजिक आर्थिक स्थिती काहीही असो. या संसाधनांचे न्याय्य वितरण सुनिश्चित करणारी धोरणे उपेक्षित शेतकऱ्यांना सक्षम बनवू शकतात आणि त्यांना शेतीमध्ये अधिक प्रभावीपणे सहभागी होण्यास सक्षम करू शकतात.

३) उपेक्षित गटांचे सक्षमीकरण :

काही गट, जसे की स्त्रिया, स्थानिक समुदाय आणि भूमिहीन मजूर, अनेकदा निर्णय प्रक्रियेतून वगळले जातात आणि संसाधनांमध्ये त्यांना प्रवेश नसतो. धोरणात्मक हस्तक्षेप या गटांना लिंगभाव समानता, जमिनीचे हक्क आणि कृषी संस्थांमध्ये प्रतिनिधित्व देऊन सक्षम बनवू शकतात.

४) जमिनीचे केंद्रीकरण रोखणे :

काही मोठ्या जमीनमालकांच्या हातात जमिनीचे केंद्रीकरण असमानता वाढवू शकते. जमीन सुधारणा धोरणे आणि भाडेकरू कायदे जमिनीच्या अतिरेकीकरणास प्रतिबंध करतात आणि भूमिहीन व अल्पभूधारक शेतकऱ्यांना उत्पादक जमिनीवर प्रवेश मिळेल याची खात्री करू शकतात.

५) लहान धारकांसाठी बाजारपेठेतील प्रवेश वाढवणे :

धोरणात्मक हस्तक्षेप ग्रामीण पायाभूत सुविधांमध्ये सुधारणा करून, बाजारपेठेतील संबंध निर्माण करून आणि मध्यस्थांचा प्रभाव कमी करून लहान धारकांसाठी बाजारपेठेत प्रवेश सुलभ करतात. यामुळे अल्पभूधारकांना त्यांच्या उत्पादनाला योग्य भाव मिळतो.

६) सामाजिक सुरक्षा जाळे :

पर्यावरणीय संकटे आणि किमतीतील अस्थिरता यासह विविध जोखमींना कृषी क्षेत्र असुरक्षित आहे. धोरणात्मक हस्तक्षेपांद्वारे समर्थित सामाजिक सुरक्षा कार्यक्रम, संकटाच्या वेळी असुरक्षित शेतकर्यांसाठी सुरक्षा जाळे प्रदान करतात.

७) समान सहभागाला प्रोत्साहन देणे :

कृषी क्षेत्रातील समानता निर्णय प्रक्रियेत समान सहभाग आणि विस्तार सेवांमध्ये प्रवेश करण्यासाठी विस्तारित आहे. सर्वसमावेशक कृषी प्रशासन आणि विस्तार कार्यक्रमांना प्रोत्साहन देणारी धोरणे शेतकऱ्यांना माहिती आणि संसाधनांपर्यंत पोहोचण्याची खात्री देतात.

८) महिला सक्षमीकरण :

कृषी धोरणे महिला शेतकऱ्यांना कर्ज, तंत्रज्ञान आणि प्रशिक्षण उपलब्ध करून देऊन लिंगभाव समानतेला चालना देण्यासाठी महत्त्वपूर्ण भूमिका बजावतात. सशक्त स्त्रिया कृषी उत्पादकता आणि कौटुंबिक कल्याण वाढवण्यासाठी योगदान देतात.

९) वांशिक आणि सामाजिक असमानता संबोधित करणे :

बऱ्याच समाजांमध्ये, काही जातीय आणि सामाजिक गटांना पद्धतशीर तोट्यांचा सामना करावा लागतो. धोरणात्मक हस्तक्षेप या गटांना लक्ष्यित समर्थन आणि संधी प्रदान करून, त्यांचे कृषी क्षेत्रामध्ये एकीकरण सुनिश्चित करून या असमानता दूर करतात.

१०) ग्रामीण जीवनमान वाढवणे :

कृषी क्षेत्रातील समान धोरणे ग्रामीण जीवनमान सुधारण्यास आणि गरिबी कमी करण्यास हातभार लावतात. संसाधने, प्रशिक्षण आणि बाजारपेठांमध्ये प्रवेश प्रदान करणारी धोरणे लहान धारकांना त्यांचे आर्थिक कल्याण आणि एकूण जीवनमान सुधारण्यास सक्षम करतात.

११) सर्वसमावेशक वृद्धी :

समतोल कृषी धोरणे सर्वसमावेशक आर्थिक वृद्धीच्या व्यापक उद्दिष्टांशी जुळतात. उपेक्षित आणि असुरक्षित गटांना कृषी विकासाचा लाभ मिळेल याची खात्री करून, धोरणे संपत्ती आणि संधींचे अधिक न्याय्य वितरण करण्यास हातभार लावतात.

१२) सामाजिक एकता आणि स्थिरता :

कृषी क्षेत्रातील समान धोरणे ग्रामीण भागात सामाजिक एकसंधता आणि स्थिरता यासाठी योगदान देतात. जेव्हा शेतकऱ्यांना समजते की त्यांना न्याय्य वागणूक मिळते आणि त्यांना संधी मिळतात, तेव्हा ते सामाजिक तणाव आणि संघर्ष कमी करू शकतात.

१.४.४ कृषी शाश्वततेसाठी धोरण :

शेतीच्या शाश्वततेच्या संदर्भात धोरणात्मक हस्तक्षेप हे सुनिश्चित करण्यासाठी आवश्यक आहे की कृषी पद्धती आणि प्रणाली पर्यावरणास जबाबदार आहेत, नैसर्गिक संसाधनांचे जतन करतात आणि वर्तमान व भविष्यातील पिढ्यांच्या कल्याणासाठी योगदान देतात. शेतीतील शाश्वततेला प्राधान्य देणाऱ्या धोरणात्मक हस्तक्षेपांची गरज अनेक आकर्षक कारणे अधोरेखित करतात :

१) पर्यावरण संवर्धन :

मातीची धूप, जल प्रदूषण आणि जंगलतोड या सारख्या घटकांचा शेतीवर महत्त्वपूर्ण पर्यावरणीय परिणाम होऊ शकतात. हे परिणाम कमी करणाऱ्या आणि पर्यावरणाचे दीर्घकालीन आरोग्य सुनिश्चित करणाऱ्या, परिसंस्थांचे संरक्षण करणाऱ्या पद्धतींना प्रोत्साहन देण्यासाठी धोरणात्मक हस्तक्षेप आवश्यक आहेत.

२) संसाधन संवर्धन :

शाश्वत धोरणांचा उद्देश पाणी, माती आणि जैवविविधता यासारख्या नैसर्गिक संसाधनांचा वापर इष्टतम करणे आहे. धोरणात्मक हस्तक्षेप कार्यक्षम सिंचन तंत्र, मृदा संवर्धन पद्धती आणि मूळ वनस्पती व प्राण्यांच्या प्रजातींचे संरक्षण करण्यास प्रोत्साहन देतात.

३) हवामान बदल शमन :

हवामान बदलामुळे शेती प्रभावित होते आणि त्यात योगदान देते. शाश्वत धोरणे हरितगृह वायू उत्सर्जन कमी करणाऱ्या पद्धतींना प्रोत्साहन देतात – जसे की कृषी वनीकरण, सेंद्रिय शेती आणि शून्य मशागत तंत्रज्ञान, तसेच बदलत्या हवामान परिस्थितीशी संबंधित क्षेत्राची लवचिकता वाढवते.

४) मातीचे आरोग्य आणि सुपीकता :

आवरण पीक, पीक बदल आणि सेंद्रिय शेती यासारख्या शाश्वत माती व्यवस्थापन पद्धतींना प्रोत्साहन देणारी धोरणे मातीचे आरोग्य आणि सुपीकतेमध्ये योगदान देतात. दीर्घकाळापर्यंत शेतीची उत्पादकता टिकवून ठेवण्यासाठी निरोगी माती आवश्यक आहे.

५) पाणी व्यवस्थापन :

शाश्वत कृषी धोरणांमध्ये जलस्त्रोतांचे संरक्षण आणि अपव्यय कमी करणाऱ्या कार्यक्षम जल व्यवस्थापन धोरणांचा समावेश आहे. धोरणे ठिबक सिंचन, पावसाचे पाणी साठवण आणि पाणी–कार्यक्षम पीक वाणांचा वापर करण्यास प्रोत्साहन देतात.

६) जैवविविधता संवर्धन :

परागण, कीटक नियंत्रण आणि अनुवांशिक विविधतेसाठी शेती ही जैवविविधतेवर अवलंबून आहे. धोरणात्मक हस्तक्षेपांमुळे संपूर्ण पर्यावरणातील लवचिकता वाढविण्यासाठी स्थानिक पिकांच्या जातींचे संवर्धन आणि विविध पिके व पशुधन यांच्या एकत्रीकरणाला प्रोत्साहन मिळू शकते.

७) रासायनिक निविष्ठांमध्ये घट :

धोरणात्मक हस्तक्षेप खते आणि कीटकनाशके यासारख्या कृत्रिम निविष्ठा कमी करण्यास प्रोत्साहन देतात, ज्यामुळे पर्यावरण आणि आरोग्यावर नकारात्मक परिणाम होतात. शाश्वत पद्धती एकात्मिक कीटक व्यवस्थापन आणि सेंद्रिय पर्यायांना प्राधान्य देतात.

८) दीर्घकालीन व्यवहार्यता :

शाश्वतता-केंद्रित धोरणे भविष्यातील पिढ्यांसाठी कृषी प्रणाली व्यवहार्य राहतील याची खात्री करतात. नैसर्गिक संसाधनांचे संरक्षण करून आणि पर्यावरणीय आरोग्य राखून, ही धोरणे शेतीच्या निरंतर यशात योगदान देतात.

९) आर्थिक लवचिकता :

शाश्वत कृषी पद्धती बाह्य निविष्ठांवरील अवलंबित्व कमी करून आणि पर्यावरणाचा ऱ्हास व संसाधनांच्या कमतरतेशी संबंधित जोखीम कमी करून आर्थिक लवचिकता वाढवतात.

१०) ग्राहकांच्या मागण्या आणि प्राधान्ये :

वाढत्या प्रमाणात ग्राहक शाश्वत उत्पादित अन्न शोधत आहेत. शाश्वत शेती पद्धतींना प्रोत्साहन देणारे धोरण हस्तक्षेप बाजारातील मागणीला प्रतिसाद देतात आणि शेतकऱ्यांना उच्च दर्जाच्या बाजारपेठांमध्ये प्रवेश करण्याची परवानगी देतात.

११) जागतिक वचनबद्धता :

संयुक्त राष्टसंघाची शाश्वत विकास उद्दिष्टये या सारख्या शाश्वत विकासाला चालना देण्याच्या उद्देशाने अनेक देशांनी आंतरराष्ट्रीय करारांना वचनबद्ध केले आहे. धोरणात्मक हस्तक्षेप या वचनबद्धतेशी सरेखित करतात आणि जागतिक स्थिरता प्रयत्नांसाठी देशाचे समर्पण प्रदर्शित करतात.

१२) परिसंस्था सेवा :

शाश्वत शेती स्वच्छ पाणी, परागण आणि मातीची सुपीकता यासह आवश्यक परिसंस्था सेवा प्रदान करते. या सेवांना समर्थन देणारे धोरणात्मक हस्तक्षेप केवळ शेतीलाच नाही तर समाजालाही लाभदायक ठरतात.

१.५ भारतीय कृषी क्षेत्रापुढील आव्हाने :

कालबाह्य पद्धती आणि हवामान बदलाच्या परिणामांमुळे उद्भवलेल्या उत्पादकता समस्या, संपार्श्विक गरजा आणि उच्च व्याजदरांमुळे औपचारिक कर्जापर्यंत मर्यादित प्रवेश, अपुऱ्या पायाभूत सुविधा आणि किमतीतील अस्थिरता, तसेच कमी उत्पादकतेवर परिणाम करणाऱ्या परस्परसंबंधित आव्हानांसह भारतीय शेतीला बहुआयामी आव्हानांचा सामना करावा लागतो. या क्षेत्राचे पुनरुज्जीवन करण्यासाठी, शेतकऱ्यांचे उत्पन्न वाढवण्यासाठी तसेच वेगाने वाढणारी लोकसंख्या आणि बदलत्या पर्यावरणीय परिस्थितीमध्ये अन्नसुरक्षा सुनिश्चित करण्यासाठी सर्वांगीण धोरणात्मक हस्तक्षेपांची गरज अधोरेखित करून पतयोग्यता आणि विपणन संधी निर्माण करणे आवश्यक आहे.

१.५.१ भारतीय शेतीपुढील उत्पादकता आव्हाने :

भारतीय शेतीला अनेक आव्हानांचा सामना करावा लागतो ज्यामुळे तिच्या उत्पादकता वाढीस अडथळा येतो. ही आव्हाने तांत्रिक मर्यादा, संसाधनांची मर्यादा, धोरणात्मक समस्या आणि पर्यावरणीय दबाव यासारख्या घटकांच्या

संयोजनातून उद्भवतात. कृषी उत्पादकता वाढवण्यासाठी आणि वाढत्या लोकसंख्येसाठी अन्न सुरक्षा सुनिश्चित करण्यासाठी या आव्हानांना तोंड देणे आवश्यक आहे. भारतीय शेतीच्या उत्पादकतेसमोरील काही प्रमुख आव्हाने पुढीलप्रमाणे आहेत:

१) जमिनीचा ऱ्हास आणि मातीचे आरोग्य :

जमिनीचा ऱ्हास, मातीची धूप आणि मातीची सुपीकता कमी होणे ही महत्त्वाची आव्हाने आहेत. टिकाऊ जमीन वापरण्याच्या पद्धती, अयोग्य सिंचन आणि अपुरे माती व्यवस्थापन यामुळे कृषी उत्पादकता कमी होते.

२) पाणी टंचाई आणि सिंचन समस्या :

भारताची शेती मोठ्या प्रमाणावर जलस्त्रोतांवर अवलंबून आहे आणि पाण्याची टंचाई ही एक प्रमुख चिंता आहे. अकार्यक्षम सिंचन पद्धती, भूगर्भातील पाण्याची खालावणारी पातळी आणि क्षेत्रांमधील जलस्त्रोतांसाठी स्पर्धा यांचा कृषी उत्पादकतेवर परिणाम होतो.

३) कालबाह्य शेती पद्धती :

अनेक भारतीय शेतकरी अजूनही पारंपारिक आणि कालबाह्य शेती तंत्रावर अवलंबून आहेत. आधुनिक तंत्रज्ञान, यंत्रसामग्री आणि सर्वोत्तम पद्धतींचा मर्यादित प्रवेश उत्पादकता वाढीस बाधित करतो.

४) खंडित जमीन :

बहुसंख्य भारतीय शेतकऱ्यांकडे लहान आणि खंडित जमीन आहे. हे विखंडन यांत्रिकीकरण अवघड बनवते आणि मोठी अर्थव्यवस्था कमी करते, ज्यामुळे एकूण उत्पादकतेवर परिणाम होतो.

५) पतपुरवठा आणि आदानांमध्ये प्रवेशाचा अभाव :

बियाणे, खते आणि कीटकनाशके यासारखी आदाने खरेदी करण्यासाठी अल्पभूधारक शेतकऱ्यांना अनेकदा पतपुरवठा मिळत नाही. दर्जेदार आदानांपर्यंत मर्यादित प्रवेश उत्पादकतेला बाधा आणतो.

६) कीड आणि रोग व्यवस्थापन :

कीड आणि रोग पिकांच्या उत्पादनास महत्त्वपूर्ण धोका निर्माण करतात. अपुरी कीटक व्यवस्थापन पद्धती आणि कीटकांच्या प्रादुर्भावाविषयी माहितीपर्यंत मर्यादित प्रवेश यामुळे उत्पन्नाचे नुकसान होते.

७) काढणीनंतरचे नुकसान :

अपुरी साठवण सुविधा, वाहतूक आणि अकार्यक्षम पुरवठा साखळी यामुळे कृषी उत्पादनाचा बराचसा भाग नष्ट होतो. हे नुकसान एकूण उत्पादकता कमी करते.

८) हवामान बदल आणि परिवर्तनशीलता :

अनियमित हवामानाचे नमुने, अत्यंत हवामानाच्या घटना आणि बदलत्या हवामानाचा परिणाम पीक उत्पादनावर आणि उत्पादकतेवर होतो. हे परिणाम कमी करण्यासाठी हवामान बदल अनुकूलन धोरणे आवश्यक आहेत.

९) मर्यादित यांत्रिकीकरण :

आधुनिक कृषी यंत्रसामग्री आणि उपकरणांमध्ये प्रवेश नसल्यामुळे यांत्रिक शेती पद्धतींचा अवलंब करणे मर्यादित होते, ज्यामुळे उत्पादकता लक्षणीयरीत्या वाढू शकते.

१०) विस्तार सेवांचा अभाव :

शेतकऱ्यांपर्यंत ज्ञान आणि सर्वोत्तम पद्धतींचा प्रसार करण्यात कृषी विस्तार सेवा महत्त्वाची भूमिका बजावतात. अपुऱ्या विस्तार सेवा नवीन तंत्रज्ञान आणि तंत्रांचा अवलंब करण्यात अडथळा आणतात.

११) जमिनीच्या मुदतीच्या समस्या :

अस्पष्ट जमिनीचा कार्यकाळ आणि मालकी हक्क विवादांना कारणीभूत ठरतात आणि जमीन सुधारणा व आधुनिकीकरणातील गुंतवणुकीत अडथळा आणतात.

१२) धोरण आणि संस्थात्मक मर्यादा :

विसंगत धोरणे, बाजारातील अपुरी पायाभूत सुविधा आणि जटिल नियामक चौकट आधुनिक पद्धती आणि तंत्रज्ञानाचा अवलंब मर्यादित करतात.

१.५.२ भारतीय शेतीपुढील पतपुरवठा आव्हाने :

भारतातील कृषी उत्पादकता टिकवून ठेवण्यासाठी आणि वाढवण्यासाठी कर्जाची उपलब्धता हा एक महत्त्वाचा घटक आहे. तथापि, भारतीय शेतकऱ्यांना कर्ज पुरवठ्याशी संबंधित अनेक आव्हानांचा सामना करावा लागतो. ही आव्हाने अल्पभूधारक आणि सीमांत शेतकऱ्यांवर विषमतेने परिणाम करतात, आधुनिक निविष्ठा, तंत्रज्ञान आणि शाश्वत पद्धतींमध्ये गुंतवणूक करण्याच्या त्यांच्या क्षमतेत अडथळा आणतात. भारतीय कृषी क्षेत्रातील पतपुरवठ्याशी संबंधित काही प्रमुख आव्हाने पुढीलप्रमाणे आहेत :

१) औपचारिक पतपुरवठ्यासाठी मर्यादित प्रवेश :

भारतीय शेतकऱ्यांचे लक्षणीय प्रमाण, विशेषत: अल्पभूधारक आणि भाडेकरू शेतकऱ्यांना बँका आणि सहकारी संस्थांसारख्या औपचारिक पतसंस्थांमध्ये मर्यादित प्रवेश आहे. हे त्यांना कर्जाच्या अनौपचारिक स्त्रोतांवर अवलंबून राहण्यास भाग पाडते, अनेकदा उच्च व्याजदरांवर कर्ज मिळते.

२) संपार्श्विकाचा अभाव :

औपचारिक पतपुरवठा संस्थांना कर्ज देण्यासाठी अनेकदा तारण आवश्यक असते. लहान आणि अल्पभूधारक शेतकरी, ज्यांच्याकडे पुरेशी मालमत्ता नसते, त्यांना कर्ज मिळण्यापासून रोखून ही आवश्यकता पूर्ण करण्यासाठी संघर्ष करावा लागतो.

३) उच्च व्याजदर :

कृषी कर्जावरील व्याजदर तुलनेने जास्त असतात, विशेषत: गैर-संस्थागत स्त्रोतांकडून घेतलेल्या कर्जाच्या बाबतीत असे आढळून येते. यामुळे शेतकऱ्यांसाठी कर्ज घेण्याची किंमत वाढते आणि उत्पादकता वाढविणाऱ्या उपक्रमांमध्ये गुंतवणूक करण्याची त्यांची क्षमता कमी होते.

४) अपुरे संस्थात्मक सहाय्य :

सहकारी बँका आणि प्रादेशिक ग्रामीण बँका यासारख्या कृषी पतसंस्था असताना, त्यांची पोहोच आणि परिणाम कारकता वेगवेगळी आहे. काही प्रकरणांमध्ये, या संस्थांकडे शेतकऱ्यांच्या कर्जाच्या गरजा पूर्ण करण्यासाठी पुरेशा पायाभूत सुविधा आणि संसाधनांचा अभाव आहे.

५) कर्ज वितरणात विलंब :

कर्ज वाटपात होणारा विलंब, विशेषत: गंभीर कृषी हंगामात, यामुळे उत्पादकता वाढवू शकणाऱ्या निविष्ठा आणि प्रक्रियांमध्ये गुंतवणूक करण्याच्या शेतकर्यांच्या संधी गमावल्या जाऊ शकतात.

६) मर्यादित पीक वैविध्य :

कमी जोखमीच्या मानल्या जाणाऱ्या विशिष्ट पिकांसाठी पतसंस्था अनेकदा वित्तपुरवठा करण्यास प्राधान्य देतात. हे शेतकऱ्यांना त्यांच्या पिकांमध्ये विविधता आणण्यापासून आणि नवीन, संभाव्य अधिक फायदेशीर पर्याय शोधण्यापासून परावृत्त करू शकते.

७) अनौपचारिक पतपुरवठा स्त्रोत :

शेतकरी विशेषत: ज्यांना औपचारिक कर्ज उपलब्ध नाही, ते सहसा सावकार आणि इतर अनौपचारिक स्त्रोतांकडून कर्ज घेण्याच्या मार्गाचा अवलंब करतात. ही कर्जे अनेकदा शोषणात्मक व्याजदर आणि प्रतिकूल परतफेडीच्या अटींसह येतात.

८) आर्थिक साक्षरतेचा अभाव :

अनेक शेतकऱ्यांकडे आर्थिक साक्षरता आणि उपलब्ध कर्ज पर्याय आणि अटींबद्दल जागरुकता नाही. यामुळे कर्ज घेणे आणि कर्ज परतफेडीबाबत निर्णयक्षमता कमी होऊ शकते.

९) प्रादेशिक विषमता :

पतपुरवठ्याची उपलब्धता सर्व प्रदेशांमध्ये लक्षणीयरीत्या बदलू शकते, काही क्षेत्रांमध्ये इतरांच्या तुलनेत पतपुरवठा लवकर उपलब्ध होईल तर काही ठिकाणी विलंब होईल. यामुळे असमानता वाढू शकते आणि सर्वांगीण कृषी विकासाला बाधा येऊ शकते.

१०) उपेक्षित गटांचे मर्यादित स्त्रोत :

महिला शेतकरी आणि आदिवासी समुदायांसह काही उपेक्षित गटांना अनेकदा सामाजिक आणि लिंगभाव-संबंधित घटकांमुळे कर्ज मिळवण्यात अतिरिक्त अडथळ्यांचा सामना करावा लागतो.

११) लवचिक कर्ज अटी :

कर्जाच्या परतफेडीचे वेळापत्रक कृषी चक्राशी जुळलेले नसते, ज्यामुळे शेतकऱ्यांसाठी वेळेवर कर्जाची परतफेड करणे आव्हानात्मक होते.

१२) कृषी पायाभूत सुविधांचा अभाव :

अपुऱ्या कृषी पायाभूत सुविधा, ज्यात साठवणूक सुविधा आणि बाजारपेठ प्रवेश यांचा समावेश आहे, शेतकऱ्यांच्या परतफेड क्षमतेवर आणि त्यांच्या उत्पन्न मिळविण्याच्या क्षमतेवर परिणाम करू शकतात.

१.५.३ भारतीय शेतीसमोरील विपणन आव्हाने :

शेतकऱ्यांना योग्य परतावा देताना कृषी उत्पादने ग्राहकांपर्यंत कार्यक्षमतेने पोहोचतील याची खात्री करण्यासाठी प्रभावी विपणन महत्त्वाचे आहे. तथापि, भारतीय शेतीला विपणनाशी संबंधित अनेक आव्हानांचा सामना करावा लागतो. ज्यामुळे या क्षेत्राच्या वृद्धीस अडथळा येतो आणि शेतकऱ्यांच्या उत्पन्नावर परिणाम होतो. ही आव्हाने अपुऱ्या पायाभूत सुविधांपासून बाजारातील अकार्यक्षमता आणि धोरण मर्यादांपर्यंत आहेत. भारतीय कृषी क्षेत्रातील विपणनाशी संबंधित काही प्रमुख आव्हाने पुढीलप्रमाणे आहेत :

१) अकार्यक्षम पुरवठा साखळी :

भारतातील कृषी पुरवठा साखळीत अनेकदा कार्यक्षमतेचा अभाव दिसून येतो, ज्यामुळे काढणीनंतरचे महत्त्वपूर्ण नुकसान होते. खराब वाहतूक, अपुरी साठवण सुविधा आणि अयोग्य हाताळणी यामुळे शेतकऱ्यांच्या मालाची नासाडी होते आणि नफा कमी होतो.

२) बाजारातील पायाभूत सुविधांचा अभाव :

बऱ्याच प्रदेशांमध्ये शीतगृह, प्रक्रिया एकके आणि गोदाम सुविधा यासारख्या बाजाराच्या योग्य पायाभूत सुविधांचा अभाव आहे. या कमतरतेमुळे उत्पादनाच्या गुणवत्तेवर परिणाम होतो, मूल्यवर्धन मर्यादित होते आणि शेतकऱ्यांची सौदेबाजी करण्याची क्षमता कमी होते.

३) किंमत अस्थिरता :

भारतातील कृषी बाजारपेठांमध्ये अनेकदा किमतीतील अस्थिरतेचे वैशिष्ट्य असते, ज्यामुळे शेतकऱ्यांसाठी त्यांच्या उत्पन्नाचा अंदाज बांधणे आणि त्याचे नियोजन करणे आव्हानात्मक होते. हवामानाची परिस्थिती, मागणी-पुरवठा असमतोल आणि बाजारातील सट्टा यासारख्या घटकांमुळे चढ-उतार निर्माण होतात.

४) खंडित बाजारपेठा :

भारतात मर्यादित एकात्मतेसह मोठ्या संख्येने लहान, स्थानिकीकृत बाजारपेठा आहेत. या विखंडनामुळे किमतीत असमानता निर्माण होते आणि कृषी उत्पादनांच्या कार्यक्षम वितरणात अडथळा निर्माण होतो.

५) बाजार माहितीचा अभाव :

शेतकऱ्यांना अनेकदा सद्यस्थितीतील माहितीचा स्त्रोत मिळत नाही, ज्यामुळे त्यांना काय उत्पादन करायचे, कधी विकायचे आणि कोठे विकायचे याविषयी माहितीपूर्ण निर्णय घेण्यास प्रतिबंध होतो.

६) मध्यस्थ :

कृषी पुरवठा साखळीतील मध्यस्थांच्या उपस्थितीमुळे किमतीत फेरफार नियमन होऊ शकतो आणि अंतिम किरकोळ किमतीतील शेतकऱ्यांचा वाटा कमी होतो.

७) निर्यात अडथळे :

व्यापार नियम, गुणवत्ता मानके आणि वाहतूक समस्यांमुळे कृषी उत्पादनांची निर्यात करणे आव्हानात्मक असते. हे अडथळे शेतकऱ्यांना जागतिक बाजारपेठेत प्रवेश करण्याच्या संधी मर्यादित करतात.

८) मर्यादित बाजार प्रवेश :

दुर्गम भागातील शेतकऱ्यांना अपुऱ्या वाहतुकीच्या पायाभूत सुविधांमुळे बाजारपेठेपर्यंत पोहोचण्यात अडचणी येतात. यामुळे ग्राहकांपर्यंत पोहोचण्याची आणि त्यांच्या उत्पादनासाठी चांगली किंमत मिळवण्याची त्यांची क्षमता मर्यादित होते.

९) मूल्यवर्धनाचा अभाव :

कृषी विपणन अनेकदा प्राथमिक उत्पादनांवर लक्ष केंद्रित करते, प्रक्रिया आणि पॅकेजिंगद्वारे मूल्यवर्धनाच्या संधी गमावल्या जातात. यामुळे शेतकऱ्यांची जास्त नफा मिळवण्याची क्षमता मर्यादित होते.

१०) अपुरी किंमत शोध यंत्रणा :

किंमत शोध यंत्रणा, जसे की मंडई (बाजारपेठ), माहितीची विषमता आणि पारदर्शकतेच्या अभावामुळे शेतकर्यांना नेहमीच वाजवी किंमत सुनिश्चित करू शकत नाहीत.

१२) साठवणुकीचा अभाव :

साठवणुकीच्या अपुऱ्या सुविधांमुळे शेतकर्यांना त्यांचे उत्पादन कापणीनंतर लगेचच विकावे लागते, जरी भाव प्रतिकूल असला तरीही. योग्य साठवणूक सुविधांमुळे शेतकऱ्यांना बाजारातील चांगल्या परिस्थितीची प्रतीक्षा करता येईल.

१३) अपुरी कंत्राटी शेती :

नियामक आव्हाने आणि अंमलबजावणी यंत्रणेच्या अभावामुळे शेतकऱ्यांना अधिक अंदाजे उत्पन्न मिळवून देणारी कंत्राटी शेती भारतात मोठ्या प्रमाणावर वापरली जात नाही.

सरावासाठी प्रश्न

प्र. १. खालील प्रश्नांची वीस शब्दात उत्तरे लिहा.

१) कृषी अर्थशास्त्र म्हणजे काय?

२) कृषी अर्थशास्त्राची व्याख्या सांगा.

३) उदारीकरण म्हणजे काय?

४) जागतिकीकरण म्हणजे काय?

६) कृषी उत्पादकता धोरणाचे कोणतेही चार घटक सांगा.

७) कृषी समता धोरणाचे कोणतेही चार घटक सांगा.

८) कृषी शाश्वतता धोरणाचे कोणतेही चार घटक सांगा.

९) भारतीय शेतीपुढील कोणतीही चार उत्पादकता आव्हाने स्पष्ट करा.

१०) भारतीय शेतीसमोरील कोणतीही चार पतपुरवठा आव्हाने स्पष्ट करा.

११) भारतीय शेतीसमोरील कोणतीही चार विपणन आव्हाने स्पष्ट करा.

प्र. २. खालील प्रश्नांची सविस्तर उत्तरे लिहा.

१) कृषी अर्थशास्त्र म्हणजे काय? कृषी अर्थशास्त्राचे स्वरूप स्पष्ट करा.

२) कृषी अर्थशास्त्राच्या व्याप्तीबद्दल तपशीलवार माहिती सांगा.

३) आर्थिक विकासात शेतीची भूमिका विशद करा.

४) उदारीकरणाच्या अर्थव्यवस्थेत भारतातील कृषी संरचना स्पष्ट करा.

५) जागतिकीकरणाच्या अर्थव्यवस्थेत भारतातील कृषी संरचनेची माहिती सांगा.

६) कृषी उत्पादकतेचे धोरण स्पष्ट करा.

७) कृषी समतेचे धोरण विशद करा.

८) कृषी शाश्वततेचे धोरण स्पष्ट करा.

९) भारतीय शेतीपुढील उत्पादकता आव्हाने स्पष्ट करा.

१०) भारतीय शेतीसमोरील पतपुरवठा आव्हाने स्पष्ट करा.

११) भारतीय शेतीसमोरील विपणन आव्हानांविषयी माहिती सांगा.

प्रकरण २

कृषी उत्पादकता

प्रस्तावना :

पंचवार्षिक योजनेचे प्राथमिक उद्दीष्ट म्हणजे ग्रामीण भागातील सर्व घटकांना आणि विशेषतः शेतमजुरांना म्हणजेच आर्थिकदृष्ट्या मागासलेल्यांना सक्षम करणे तसेच आर्थिक क्षेत्रात उत्तम संधी उपलब्ध करुन देणे. भारताच्या ग्रामीण अर्थव्यवस्थेचे वैशिष्ट्ये म्हणजे पीक उत्पादनात गुंतलेल्या कृषी कामगार, शेतकरी आणि शेतमजुरांची अतिरिक्त संख्या. रोजगाराखालील, अल्प-विकास आणि अतिरिक्त लोकसंख्या ही शेतमजुरांच्या दैनंदिन जीवन जगण्यात एकाच वेळी दिसून येते. त्यांना सहसा कमी वेतन मिळते, कामाच्या अटी जास्त असतात आणि त्यांना मिळणारा रोजगार हा अत्यंत अनियमित आहे. भारतीय ग्रामीण रचनेत शेतमजूर हा सर्वात दुर्लक्षित वर्ग आहे. त्यांचे उत्पन्न कमी आहे आणि रोजगार अनियमित आहे. त्यांच्याकडे कौशल्य किंवा प्रशिक्षण नसल्याने रोजगाराच्या पर्यायी संधी नाहीत. सामाजिकदृष्ट्या, कृषी कामगार मोठ्या संख्येने अनुसूचित जाती आणि जमातीचे आहेत. म्हणून, ते दुर्लक्षित वर्ग आहेत. ते संघटित नाहीत आणि त्यांच्या हक्कांसाठी ते संघर्ष करू शकत नाहीत. या सर्व कारणांमुळे चार दशकांच्या नियोजनानंतरही त्यांची आर्थिक स्थिती सुधारलेली नाही.

२.१ कृषी उत्पादकतेची संकल्पना :

भारताच्या आर्थिक नियोजनाचे यश हे शेती क्षेत्राच्या विकासावर अवलंबून असलेले आतापर्यंतच्या योजनांचा विचार केल्यानंतर निदर्शनास येते. भारतीय पंचवार्षिक योजनांना अपेक्षित यश प्राप्तः न होण्याचे खरे कारण म्हणजे शेती क्षेत्रास आलेले अपयश होय. भारतीय शेतीच्या उत्पादनावर आणि उत्पादकतेवर लक्ष केंद्रित केल्याशिवाय भारताचा शेती विकास जलद गतीने होणार नाही हे सत्य आता स्वीकारले पाहिजे. शेती उत्पादकतेचा संबंध हा शेती उत्पादन आणि शेती जमीन यांच्याशी आहे. दर एकरी उत्पादकता किंवा भूमीत गुंतविलेल्या भांडवलाच्या प्रत्येक एककापासून प्राप्त होणारे उत्पन्न किंवा शेतीमध्ये काम करणाऱ्या श्रमिकाची उत्पादकता विचारात घेऊन शेतीची उत्पादकता निश्चित करता येते. सोप्या शब्दात शेती उत्पादकता म्हणजे ठराविक प्रदेशतल्या विशिष्ट क्षेत्रफळाच्या जमिनीत उपलब्ध असलेल्य

तंत्र पद्धतीने प्राप्त होणारे उत्पादन होय. शेती उत्पादकता ही विविध पिकांचे प्रत्येक हेक्टरमध्ये किती उत्पादन होते आणि शेतीत काम करणाऱ्या प्रत्येक मजुराची सरासरी उत्पादकता किती आहे यावरून शेतीची उत्पादकता मोजता येते. शेती उत्पादकतेचे सूत्र शेतीच्या उत्पादकतेचे मापन करण्यासाठी पुढील सूत्राचा उपयोग केला जातो.

अ) शेतीच्या उत्पादकतेचा अर्थ :

उत्पादकता म्हणजे उत्पादन करण्याची शक्ती किंवा क्षमता होय. शेतीची उत्पादकता म्हणजे दर हेक्टरी पडणारे उत्पादनाचे प्रमाण होय. शेतीच्या उत्पादकतेच्या बाबतीत शेतीतील उत्पादन आणि शेतजमीन व श्रमिक यांच्यातील संबंधाचा विचार केला जातो. शेतीची उत्पादन करण्याची क्षमता म्हणजेच उत्पादकता पुढील दोन प्रकारे मोजता येते.

१) प्रतिहेक्टरी उत्पादकता :

या प्रकारात शेतजमिनीतील उत्पादनाचे प्रतिहेक्टरी पडणारे प्रमाण शोधले जाते. शेतजमिनीत होणाऱ्या एकूण उत्पादनाला जमिनीच्या क्षेत्रफळाने (हेक्टरमध्ये) भागले असता, दर हेक्टरी पडणारे उत्पादनाचे प्रमाण समजते. सूत्ररूपाने हे पुढीलप्रमाणे सांगता येते.

$$\text{प्रतिहेक्टरी उत्पादकता} = \frac{\text{शेतीतील एकूण उत्पादन}}{\text{क्षेत्रफळ (हेक्टर)}}$$

शेतीतील उत्पादनात वाढ होण्यासाठी दर हेक्टरी उत्पादनात वाढ होणे आवश्यक असते.

२) प्रतिश्रमिक उत्पादकता :

शेतजमिनीत होणाऱ्या उत्पादनाचे दर श्रमिकामागे पडणारे प्रमाण म्हणजे शेतीची 'प्रतिश्रमिक उत्पादकता' होय. शेतजमिनीतील उत्पादन व त्यासाठी वापरलेल्या एकूण श्रमिकांची संख्या यांचे गुणोत्तर म्हणजे प्रतिश्रमिक उत्पादकता होय.

$$\text{प्रतिश्रमिक उत्पादकता} = \frac{\text{शेतीतील एकूण उत्पादन}}{\text{श्रमिकांची संख्या}}$$

अशाच प्रकारे भांडवल व इतर आदानांच्या बाबतीत सरासरी उत्पादन शोधता येते.

ब) भारतीय शेतीची उत्पादकता :

भारतीय शेतीची प्रतिहेक्टरी उत्पादकता व प्रतिश्रमिक उत्पादकता कमी आहे असे दिसते. भारतात स्वातंत्र्योत्तर काळात व विशेषत: १९६५ नंतर शेतीच्या उत्पादनात वाढ झाल्याने प्रतिहेक्टरी उत्पादकतेत सुधारणा झाली. मात्र, अशी वाढ झाली असली तरी इतर देशांशी तुलना करता ती कमीच आहे असे दिसते. तसेच प्रतिश्रमिक उत्पादकतेच्या बाबतीत शेती व्यवसायातील श्रमिकांची उत्पादकता उद्योग व व्यापार क्षेत्रातील श्रमिकांपेक्षा कमी आहे.

भारतात राज्याराज्यांत व प्रदेशाप्रदेशांत उत्पादकतेच्या बाबतीत तफावत असलेली दिसते. वेगवेगळ्या पिकांच्या बाबतीत उत्पादकतेत फरक आहे. गव्हाच्या बाबतीत पंजाब, हरियाणा या राज्यांत उत्पादकता जास्त आहे, तर उसाच्या बाबतीत प्रतिहेक्टरी उत्पादकता महाराष्ट्रात जास्त आहे. देशातील काही राज्यांत शेतीची उत्पादकता फारच कमी आहे.

भारतातील प्रमुख पिकांचे प्रतिहेक्टरी उत्पादन तक्ता २.१ मध्ये दिले आहे.

तक्ता २.१ : भारतातील प्रमुख पिकांचे प्रतिहेक्टर उत्पादन (१९७०-७१-२०१५-१६)

(प्रति हेक्टर किलोग्रॅम)

गट/वस्तू	१९७०-७१	१९८०-८१	१९९०-९१	२०००-०१	२०१०-११	२०१५-१६
अन्नधान्ये	८७२	१०२३	१३८०	१६२६	१९३०	२०४२
तृणधान्ये	९४९	११४२	१५७१	१८४४	२२५६	२३९३
डाळी	५२४	४७३	५७८	५४४	६९१	६५६
तांदुळ	११२३	१३३६	१७४०	१९०१	२२३९	२४००
गहू	१३०७	१६३०	२२८१	२७०८	२९८९	३०३४
ज्वारी	४६६	६६०	८१४	७६४	९४९	६९७
बाजरी	६२२	४५८	६५८	६८८	१०७९	११३२
तेलबिया	५७९	५३२	७७१	८१०	११९३	९६८
भूईमूग	८३४	७३६	९०४	९७७	१४११	१४६५
ऊस (टन)	४८	५८	६५	६९	७०	७१
कापूस	१०६	१५२	२२५	१९०	४९९	४१५
जूट	११८६	१२४५	१८३३	२०२६	२३२९	२४५७

स्रोत : Government of India : Economic Survey 2013-14. Tab. 1.14 and 2016-17 Tab. 1.17.

तक्ता २.१ मध्ये १९७०-७१ ते २०१५-१६ या काळातील भारतातील प्रमुख पिकांचे प्रतिहेक्टरी उत्पादन दिले आहे. त्यावरून पुढील बाबी स्पष्ट होतात.

१) अन्नधान्याच्या प्रतिहेक्टरी उत्पादनात १९७०-७१ ते २०१५-१६ या काळात सातत्यपूर्ण रितीने वाढ झाली आहे. या काळात अन्नधान्याचे प्रतिहेक्टरी उत्पादन ८७२ किलोग्रॅम वरून २०४२ किलोग्रॅम झाले.

२) तृणधान्याच्या प्रतिहेक्टरी उत्पादनात १९७०-७१ ते २०१५-१६ या काळात सातत्यपूर्ण रितीने वाढ झाली आहे. या काळात तृणधान्याचे प्रतिहेक्टरी उत्पादन ९४९ किलोग्रॅम वरून २३९३ किलोग्रॅम झाले.

३) गहू व तांदळाच्या प्रतिहेक्टरी उत्पादनात १९७०-७१ ते २०१५-१६ या काळात सातत्याने वाढ झाली. या काळात गव्हाचे उत्पादन १३०७ किलोग्रॅम वरून ३०३४ किलोग्रॅम आणि तांदळाचे उत्पादन ११२३ किलोग्रॅम वरून २४०० किलोग्रॅम झाले.

४) डाळी, तेलबिया, कापूस, बाजरी, ज्वारी, भूईमूग यांच्या प्रतिहेक्टरी उत्पादनात १९७०-७१ ते २०१५-१६ या काळात काही प्रमाणात चढउतार झालेले आहेत. याच काळात उसाच्या व जुटाच्या प्रतिहेक्टरी उत्पादनात सातत्याने वाढ झाली आहे.

२.२ भारतातील अल्पउत्पादकतेची कारणे :

नियोजन काळात शेती विकासासाठी करण्यात आलेल्या प्रयत्नांमुळे शेतीच्या उत्पादकतेत वाढ झाली आहे. मात्र, जगातील प्रगत देशांशी तुलना करता भारतातील शेतीची उत्पादकता कमी असलेली दिसते. भारतातील शेतीची उत्पादकता कमी असण्यास अनेक घटक कारणीभूत आहेत. उत्पादकता कमी असण्यास जबाबदार असणाऱ्या घटकांची विभागणी (अ) सर्वसाधारण घटक, (ब) संस्थात्मक घटक आणि (क) तांत्रिक घटक अशा तीन गटांत करता येते.

अ) सर्वसाधारण घटक (General Factors) :

भारतीय शेतीची उत्पादकता कमी असण्यास जबाबदार असलेले सर्वसाधारण घटक पुढीलप्रमाणे आहेत.

१) लोकसंख्येचा अतिरिक्त भार :

भारतात शेतीवर अवलंबून असणाऱ्या लोकसंख्येचे प्रमाण खूप मोठे आहे. उत्पादनात कोणत्याही प्रकारची भर न टाकणाऱ्या छुप्या बेकारीच्या स्वरूपात असलेली लोकसंख्या फार मोठी आहे. त्यांची उत्पादकता शून्य आहे, तसेच वाढत्या लोकसंख्येमुळे होणाऱ्या जमिनीच्या तुकडीकरणामुळेही शेती करणे तोट्याचे होऊन उत्पादन कमी झाले आहे.

२) प्रतिकूल ग्रामीण वातावरण :

शेती व्यवसाय हा ग्रामीण भागातच मोठ्या प्रमाणावर आहे. मात्र, ग्रामीण भागात या क्षेत्राच्या प्रगतीच्या दृष्टीने अनुकूल असे वातावरण नाही. ग्रामीण भागात रूढी, परंपरा, अंधश्रद्धा, अज्ञान, दैववाद मोठ्या प्रमाणावर अस्तित्वात आहे. विज्ञाननिष्ठ दृष्टिकोणाचा किंवा प्रगती करण्याच्या दृष्टीने आवश्यक असलेल्या मानसिकतेचा या लोकात अभाव असल्याचे दिसते. त्यामुळे आधुनिकीकरणाद्वारे प्रगती करण्याची धडपड समाजात दिसत नाही.

३) सुयोग्य विक्रीव्यवस्थेचा अभाव :

शेतकऱ्यांना उत्पादन वाढीस प्रेरणा मिळण्यासाठी त्यांच्या शेतमालास योग्य किंमत मिळाली पाहिजे. भारतातील शेतमाल विक्रीव्यवस्थेत अनेक उणिवा आहेत. उत्पादन खर्चही भरून निघणार नाही एवढ्या किमतीला अनेकदा शेतकऱ्यांना आपला शेतमाल विकावा लागतो. शेती तोट्यात चालण्यास हे कारणही जबाबदार आहे. भारतातील शेतमाल किंमतविषयक धोरणाला शेतमालाच्या किमतीत होणारे चढउतार व त्यातून शेतकऱ्यांचे होणारे नुकसान टाळण्यात फारसे यश आलेले नाही.

४) पुरेशा वित्तपुरवठ्याचा अभाव :

वित्तपुरवठ्याची उपलब्धता प्रत्येक उद्योग-व्यवसायाच्या दृष्टीने महत्त्वाची असते. भारतीय शेतीच्या बाबतीत वित्तपुरवठा पुरेशा प्रमाणात उपलब्ध नाही. शेती उत्पादनात वाढ करण्यासाठी शेतकऱ्यांना अल्प व दीर्घ मुदतीच्या वित्तपुरवठ्याची गरज असते. अखिल भारतीय पत पाहणीनुसार १९५०-५१ मध्ये शेती वित्तपुरवठ्यात सावकाराचा वाटा ९० टक्क्यांपेक्षा जास्त होता, तर सहकारी पतसंस्थांचा वाटा ३ टक्क्यांच्या आसपास होता. नियोजन काळात या स्थितीत बदल झाला असला तरी अजूनही बिगर संस्थात्मक स्रोतांकडून शेतीला करण्यात येणाऱ्या वित्तपुरवठ्याचे प्रमाण मोठे आहे.

५) उत्पादक गुंतवणुकीचा अभाव :

शेती उत्पादनात वाढ करण्यासाठी शेतीत मोठ्या प्रमाणात गुंतवणूक होणे गरजेचे आहे; परंतु शेतीत सुधारणा करण्यासाठी करण्यात येणारी गुंतवणूक मर्यादित आहे कारण अशा गुंतवणुकीपासून मिळणाऱ्या लाभांचे प्रमाण कमी आहे. तसेच मिळणारा लाभ हा हळूहळू मिळतो. दागदागिने, व्यापार यातील गुंतवणूक अधिक आकर्षक आहे. शेतीत पुरेशा प्रमाणात उत्पादक गुंतवणूक होत नसल्याने उत्पादन वाढीस मर्यादित वाव आहे.

६) नैसर्गिक आपत्ती :

भारतीय शेतीची उत्पादकता कमी असण्यास नैसर्गिक आपत्ती हा घटकही मोठ्या प्रमाणात कारणीभूत आहे. वादळी वाऱ्यासह अवेळी येणारा पाऊस, पूर व इतर नैसर्गिक आपत्तीमुळे प्रत्येक वर्षी कोट्यावधी रुपयांच्या पिकांची हानी होते. गारांसह पडणाऱ्या पावसामुळे फळबागांचे नुकसान झालेले अनेकदा पाहावयास मिळते. अतिवृष्टी व दुष्काळ या दोन्हीमुळे पिकांवर विपरीत परिणाम होतो. नैसर्गिक आपत्तीमुळे मोठ्या प्रमाणात पीक वाया जात असल्याने त्याचा उत्पादकतेवर प्रतिकूल परिणाम होतो.

ब) संस्थात्मक घटक (Institutional Factors) :

शेतीच्या अल्प उत्पादकतेस संस्थात्मक घटकही मोठ्या प्रमाणात जबाबदार आहेत. हे संस्थात्मक घटक पुढीलप्रमाणे आहेत.

१) धारण क्षेत्राचा लहान आकार :

भारतातील लागवडीखालील धारण क्षेत्राचा सरासरी आकार २ हेक्टरपेक्षाही कमी आहे. धारण क्षेत्रांचा लहान आकार व त्यात सातत्याने होणारी घटही भारतातील शेतीची उत्पादकता कमी असण्यास जबाबदार आहे. शेतीत सुधारणा करण्यासाठी नवनवीन तंत्राचा वापर करण्यासाठी धारण क्षेत्राचा आकार पुरेसा मोठा असणे आवश्यक असते. धारण क्षेत्र लहान असल्याने श्रम, वेळ, भांडवल यांचा अपव्यय होतो. अशा प्रकारे उत्पादकता कमी असण्यास शेतजमिनीचा लहान आकार जबाबदार आहे.

२) जमीन धारणेची अयोग्य पद्धती :

स्वातंत्र्यपूर्व काळात देशात जमीनदारी पद्धती अस्तित्वात होती. या पद्धतीत जमीनदार कुळांना खंडाने जमीन कसावयास देत. कुळांना मोठ्या प्रमाणावर खंड द्यावा लागत असल्याने उत्पादनातील फारच थोडा हिस्सा त्यांच्या वाट्याला येई. त्यामुळे उत्पादन वाढीत त्यांना रस नव्हता. आज जमीनदारी पद्धती नसली तरी अनेक जमीनमालक इतरांना जमीन कसण्यासाठी देत आहेत. स्वत:ची जमीन नसल्याने त्यांना उत्पादन वाढीत रस न राहून उत्पादकता कमी राहते.

क) तंत्रज्ञानविषयक घटक (Technological Factors) :

भारतीय शेतीच्या अल्प उत्पादकतेस अनेक तंत्रज्ञानविषयक घटकही जबाबदार आहेत. ते पुढीलप्रमाणेः

१) जुनाट उत्पादन तंत्राचा वापर :

आधुनिक व सुधारित उत्पादन तंत्राचा वापर उत्पादन वाढीसाठी आवश्यक असतो. मात्र, भारतीय शेतीत अजूनही जुनाट व पारंपरिक तंत्राचा वापर केला जात आहे. भारतीय शेतकरी लागवडीच्या परंपरागत पद्धतीचा वापर करतो. परंपरागत अवजारे, जनावरांचा वापर, यंत्राऐवजी श्रमाचा वापर यामुळे उत्पादन वाढ मर्यादित राहून उत्पादकता कमी आहे असे दिसते.

२) जलसिंचनाच्या अपुऱ्या सुविधा :

भारतातील शेतीचे पावसावर असलेले अवलंबित्व खूपच मोठे आहे. जलसिंचनाचे प्रमाण कमी असल्याने ६० ते ६५ टक्के जमिनीवर एकापेक्षा अधिक पिके घेता येत नाहीत. नियोजन काळात जलसिंचन सुविधा वाढविण्याचा प्रयत्न झाला. मात्र, त्याला अपेक्षेप्रमाणे यश आले नाही. ओलिताखालील क्षेत्राचे प्रमाण कमी असल्याने खतांचा वापर, सुधारित बियाणांचा वापर वगैरे गोष्टी करण्याला मर्यादा पडतात. त्यामुळे उत्पादकता कमी असलेली दिसते.

३) सुधारित बियाणांचा मर्यादित वापर :

देशात कृषी विद्यापीठातून अधिक उत्पादन देणाऱ्या बि-बियाणांची निर्मिती करण्यासाठी सातत्याने संशोधन केले जात आहे. त्यातून अधिक उत्पादन देणारी बियाणे तयार केली आहेत. मात्र, अशा सुधारित बियाणांचा वापर शेतकऱ्यांकडून मोठ्या प्रमाणात केला जात नाही. दर्जेदार बियाणे खरेदी करणे आर्थिक अडचणीमुळे अनेक शेतकऱ्यांना शक्य होत नाही, तसेच देशात सुधारित बियाणांचा पुरवठाही मर्यादित आहे. परंपरागत बियाणांचा वापर करणाऱ्या शेतकऱ्यांचे प्रमाण मोठे आहे. अशा बियाणांच्या वापरामुळे शेती उत्पादनाचे प्रमाण कमी आहे. अलीकडील काळात मात्र सुधारित बियाणांचा वापर करण्याकडे असलेला शेतकऱ्यांचा कल वाढत आहे.

४) खताचा मर्यादित वापर :

शेती उत्पादनात वाढ करण्यासाठी खताचा मोठ्या प्रमाणात वापर करणे गरजेचे ठरते. मात्र, भारतातील शेतकरी आपल्या शेतात पुरेशा प्रमाणात खताचा वापर करू शकत नाहीत. शेतीची सुपीकता वाढविण्यासाठी तसेच पडीक जमीन लागवडीखाली आणण्यासाठी खताचा वापर आवश्यक आहे. मात्र, गरीब शेतकरी महागडी रासायनिक खते विकत घेऊन त्यांचा वापर करू शकत नाहीत. रासायनिक खते व त्याचबरोबर शेणखत याचा वापर पुरेशा प्रमाणात नसल्याने शेतीची उत्पादकता कमी आहे.

५) शेतकऱ्यांचा कर्जबाजारीपणा :

शेतकऱ्यांचा कर्जबाजारीपणाही शेतीच्या अल्प उत्पादकतेस कारणीभूत ठरलेला दिसतो. लग्न समारंभासारख्या अनुत्पादक कारणासाठी शेतकरी सावकाराकडून अधिक व्याज दराने कर्ज घेतो. अनुत्पादक कर्जामुळे शेतकऱ्यांच्या उत्पन्नात भर पडत नाही. त्यामुळे शेतकरी कर्जात अडकून पडतो. शेती उत्पादनात वाढ करण्यासाठी त्याला प्रेरणा उरत नाही.

६) लागवडीची अशास्त्रीय पद्धत :

शास्त्रीय पद्धतीने लागवड केल्यास शेतीत अधिक उत्पादन होते. मात्र, भारतातील शेतकरी अजूनही परंपरागत लागवडीच्या पद्धतीचा वापर करतात. शेतकऱ्यांना आधुनिक तंत्रज्ञानाचे महत्त्व पुरेसे समजलेले नाही. पेरण्यासाठी लाकडापासून तयार केलेल्या परंपरागत अवजारांचा वापर केला जातो. कमी दर्जाच्या बियाणांचा वापर केला जात असल्याने पिकांचा दर्जाही चांगला नसल्याचे दिसते.

७) शेती संशोधनाच्या बाबतीतील उणिवा :

शेती उत्पादनात वाढ होण्यासाठी या क्षेत्रात मोठ्या प्रमाणावर संशोधन होणे व त्या संशोधनाची माहिती शेतकऱ्यांना मिळून त्याचा उत्पादन कार्यात वापर होणे आवश्यक असते. मात्र, भारतात शेती संशोधनावर फार कमी प्रमाणात खर्च केला जातो, तसेच कृषी विद्यापीठात व अन्य संशोधन संस्थात झालेल्या संशोधनाची माहिती सर्व शेतकऱ्यांपर्यंत पोहचत नाही. त्यामुळे नवीन संशोधनाचा उत्पादन कार्यातील वापर मर्यादित राहून उत्पादकता कमी राहते.

८) योग्य शासकीय धोरणाचा अभाव :

शेती विकासासाठी योग्य अशी धोरणे शासकीय पातळीवर आखून त्यांची अंमलबजावणी होणे आवश्यक असते. भारतातील शेतीविषयक धोरणात धरसोड वृत्ती आढळते. योग्य शेतमाल किंमतविषयक धोरणाचा अभाव, शेतीविषयक सुधारणांच्या अंमलबजावणीतील उणिवा, शेती विकासासाठी योग्य कायदे करण्याचा व त्याची अंमलबजावणी करण्याचा अभाव, यामुळे उत्पादकतेवर प्रतिकूल परिणाम झालेला आहे.

२.३ भारतातील कृषी उत्पादकता वाढवण्यासाठी करण्यात आलेले उपाय :

भारतीय अर्थव्यवस्थेतील शेतीचे महत्त्वपूर्ण स्थान विचारात घेऊन शेतीची उत्पादकता वाढविण्यासाठी नियोजन काळात अनेक उपाय योजण्यात आले. जलसिंचन सुविधात वाढ, वित्तपुरवठ्यात सुधारणा, भूधारणा पद्धतीत सुधारणा, शेतमाल विक्रीव्यवस्थेत सुधारणा यासारखे अनेक उपाय सरकारकडून योजण्यात आले. नियोजन काळात शेतीची उत्पादकता वाढविण्यासाठी करण्यात आलेल्या उपायांची माहिती पुढीलप्रमाणे देता येईल.

१) संस्थात्मक सुधारणा :

शेतीचा विकास करण्यासाठी नियोजनाच्या सुरुवातीच्या काळात संस्थात्मक सुधारणा करण्यावर भर देण्यात आला. मध्यस्थांचे उच्चाटन करून भूधारणा पद्धतीने स्वरूप बदलणे, जमीनदारांकडून होणारे कुळांचे शोषण

थांबविणे, जमिनीच्या मालकीचे केंद्रीकरण कमी करून विषमता कमी करणे, यासारख्या उद्देशाने जमीनविषयक सुधारणा हाती घेण्यात आल्या. सरकार व प्रत्यक्ष कुळ यांच्यातील मध्यस्थ नाहीसे करण्यासाठी जमीनदारी पद्धतीचे उच्चाटन करण्यात आले. कुळांचे शोषण थांबविण्यासाठी खंडाचे नियंत्रण, कुळांना कसण्यासाठी कायमस्वरूपी जमीन देणे, कुळांना मालकी हक्क मिळवून देणे वगैरे गोष्टी करण्यात आल्या, तसेच कमाल जमीन धारणेवर मर्यादा घालण्यात आल्या. संस्थात्मक सुधारणांमुळे जमीन कसण्याच्या पद्धतीत सुधारणा झाली. कुळांना जमिनीची मालकी मिळाल्याने त्यांना शेतमालाचे उत्पादन वाढविण्यास प्रेरणा मिळाली.

२) जलसिंचन सुविधात वाढ :

भारतीय शेतीची उत्पादकता कमी असण्यास जबाबदार असलेल्या कारणांपैकी जलसिंचन सुविधांची कमतरता हे महत्त्वाचे कारण आहे. त्यामुळेच नियोजन काळात जलसिंचन सुविधा वाढविण्यावर सातत्याने भर देण्यात आला. लघु, मध्यम व मोठे जलसिंचन प्रकल्प सुरू करून ते पूर्ण करण्यासाठी प्रयत्न करण्यात आले.

३) वित्तपुरवठ्यात सुधारणा :

शेतीला कमी व्याजदराने पुरेशा प्रमाणात वित्तपुरवठा करण्यासाठी नियोजन काळात प्रयत्न करण्यात आले. नियोजनाला सुरुवात केली, तेव्हा कृषी वित्तपुवरठ्यातील संस्थात्मक स्रोतांचा वाटा फारच कमी होता; परंतु संस्थात्मक स्रोतांकडून होणारा वित्तपुरवठा वाढवून शेतकऱ्यांची सावकारांकडून होणारी पिळवणूक थांबविण्यासाठी प्रयत्न करण्यात आले. ग्रामीण भागात सहकारी पतसंस्थांचा विस्तार, व्यापारी बँकांचे राष्ट्रीयीकरण, प्रादेशिक ग्रामीण बँकांची स्थापना वगैरेद्वारे कृषी वित्तपुरवठ्यातील संस्थात्मक स्रोतांचा वाटा वाढविण्यासाठी प्रयत्न करण्यात आला. संस्थात्मक स्रोतांकडून होणाऱ्या वित्तपुवठ्यात १९८२-८३ ते २०१२-१३ या काळात ४,३५२ कोटी रुपयांवरून ६,५९,३८३ कोटी रुपयांपर्यंत वाढ झाली. मात्र, संस्थात्मक स्रोतांकडून उपभोगासारख्या अनुत्पादक कारणासाठी कर्ज उपलब्ध होत नसल्याने त्यासाठी शेतकऱ्यांना सावकारांवर अवलंबून राहावे लागत आहे.

४) शेतमाल विक्रीव्यवस्थेत सुधारणा :

शेतकऱ्यांनी उत्पादित केलेल्या शेतमालाला योग्य किंमत मिळणे उत्पादन वाढीस प्रोत्साहन मिळण्यासाठी आवश्यक असते. भारतात नियोजनाला सुरुवात झाली, तेव्हा शेतमालाच्या विक्रीव्यवस्थेत अनके दोष होते. मध्यस्थांची मोठी संख्या, वाहतूक व दळणवळण व्यवस्थांचा अपुरेपणा, साठवणुकीच्या मर्यादित सोयी, प्रमाणीकरण व प्रतवारीचा अभाव असे अनेक दोष विक्रीव्यवस्थेत होते. हे दोष दूर करण्यासाठी सरकारकडून अनेक उपाय योजण्यात आले. नियंत्रित बाजारांची स्थापना, वाहतूक व्यवस्थेत सुधारणा, प्रमाणीकरण व प्रतवारीची सुविधा, प्रमाणित वजनमापे, साठवणूक व्यवस्थेत सुधारणा अशा उपायांमुळे शेतमाल विक्रीव्यवस्थेत काही प्रमाणात सुधारणा झाली आहे.

५) शेतीविषयक संशोधनावर भर :

शेती क्षेत्राच्या विकासासाठी नियोजन काळात शेतीविषयक संशोधनावर भर देण्यात आला. कृषी विद्यापीठांद्वारे अधिक उत्पादन देणाऱ्या बियाणांचा शोध सातत्याने घेतला जात आहे. देशातील परिस्थितीत उपयोगी पडतील अशी बियाणे तयार केली जात आहेत. संशोधनातून पुढे आलेली माहिती शेतकऱ्यांपर्यंत पोहचविण्यासाठी शासनाने उपाय योजले आहेत. वृत्तपत्रे, दूरदर्शन वगैरेंच्या माध्यमातून व सरकारी यंत्रणेद्वारे ही माहिती त्यांच्यापर्यंत पोहचविली जात आहे. त्यामुळेच अलीकडील काळात शेतीतील सुधारित बियाणांचा वापर वाढलेला आहे. आधुनिक उत्पादन पद्धतीचा वापरही काही प्रमाणात केला जात आहे.

६) रासायनिक खतांच्या वापरात वाढ :

शेतीतील उत्पादनात वाढ करण्यासाठी रासायनिक खतांचा वापर मोठ्या प्रमाणात करण्याची गरज लक्षात घेऊन त्या दृष्टीने प्रयत्न करण्यात आले. नियोजन काळात रासायनिक खतांचे उत्पादन वाढविण्यासाठी करण्यात आलेल्या प्रयत्नामुळे १९५०-५१ ते १९१८-१९ या काळात रासायनिक खतांच्या उत्पादनात ३९ हजार टनांवरून १५७.३५ लाख टनांपर्यंत वाढ झाली. गरजेच्या मानाने देशातील उत्पादन कमी असल्याने रासायनिक खतांची मोठ्या प्रमाणात आयात करण्यात आली. १९५०-५१ मध्ये ५२ हजार टन आणि १९१८-१९ मध्ये ९८.२० लाख टन एवढी रासायनिक खतांची आयात करण्यात आली. रासायनिक खतांच्या उत्पादनात वाढ व आवश्यकतेनुसार करण्यात आलेली आयात त्यामुळे रासायनिक खतांच्या उपलब्धतेत सुधारणा होऊन त्याचा शेतीतील वापर वाढत गेला. १९५०-५१ मध्ये ७० हजार टन असलेला रासायनिक खतांचा वापर त्यापुढील काळात सातत्याने वाढत गेला. २०१७-१८ मध्ये रासायनिक खतांचा वापर २६,५९१ हजार टन होता.

शेतीच्या उत्पादकतेत वाढ करण्यासाठी पुढील काही उपाय अजूनही योजण्याची आवश्यकता आहे.

अ) लोकसंख्या वाढीवर नियंत्रण ठेवणे.

ब) शेती क्षेत्रातील अतिरिक्त लोकसंख्या काढून घेणे.

क) जलसिंचन सुविधात वाढ करणे.

ड) वाहतूक व दळणवळण साधनात वाढ करणे.

इ) उत्पादन तंत्रात सुधारणा करणे.

ई) शेती विकासासाठी संशोधनावर अधिक भर देणे.

फ) रासायनिक खते व बी-बियाणांचा वापर वाढविणे.

ग) नवीन यंत्राची निर्मिती व वापर करणे.

ह) अपूर्णावस्थेतील सिंचन प्रकल्प पूर्ण करणे.

स) वित्तपुरवठ्यात सुधारणा करणे.

य) शेतमाल किमतीविषयक योग्य धोरण आखणे.

र) जमिनीचे एकत्रीकरण करणे.

ल) शिक्षणाचा प्रसार करणे.

व) शेतकऱ्यातील संघटनात सुधारणा करणे.

यांसारखे उपाय योजल्यास भारतीय शेतीची उत्पादकता वाढण्यास मदत होईल.

२.४ १९९१ पासून भारतातील कृषी उत्पादकतेतील प्रवाह :

भारताच्या आर्थिक इतिहासात १९९१ हे वर्ष सर्वात जास्त आव्हानात्मक राहिले. देशाची अर्थव्यवस्था मोठ्या आणि गंभीर संकटांनी ग्रासली होती. असे घडण्याची कारणे दोन गटात विभागता येतील. एक राजकीय अस्थिरता आणि दुसरी जागतिक घडामोडी. अशावेळी अर्थव्यवस्थेला मंदीतून बाहेर काढण्यासाठी औद्योगिकीकरणाचा विकास करणे हे धोरण ठरविले. त्याचबरोबर शेती क्षेत्रालाही नवीन तंत्रज्ञानाची जोड देऊन विकासाचे धोरण स्वीकारले.

भारतीय शेतीची प्रतिहेक्टरी उत्पादकता व प्रतिश्रमिक उत्पादकता कमी आहे असे दिसते. भारतात स्वातंत्र्योत्तर काळात व विशेषतः १९६५ नंतर शेतीच्या उत्पादनात वाढ झाल्याने प्रतिहेक्टरी उत्पादकतेत सुधारणा झाली. मात्र, अशी वाढ झाली असली तरी इतर देशांशी तुलना करता ती कमीच आहे असे दिसते. तसेच प्रतिश्रमिक उत्पादकतेच्या बाबतीत शेती व्यावसायातील श्रमिकांची उत्पादकता उद्योग व व्यापार क्षेत्रातील श्रमिकांपेक्षा कमी आहे.

भारतात राज्याराज्यांत व प्रदेशाप्रदेशांत उत्पादकतेच्या बाबतीत तफावत असलेली दिसते. वेगवेगळ्या पिकांच्या बाबतीत उत्पादकतेत फरक आहे. गव्हाच्या बाबतीत पंजाब, हरियाणा या राज्यांत उत्पादकता जास्त आहे, तर उसाच्या बाबतीत प्रतिहेक्टरी उत्पादकता महाराष्ट्रात जास्त आहे. देशातील काही राज्यांत शेतीची उत्पादकता फारच कमी आहे. शिवाय सालोसालच्या पर्जन्यमानातही बरीच तफावत पडते. एक वर्ष चांगले, एक वर्ष वाईट व तीन वर्षे सर्वसाधारण असे पाच वर्षांचे चक्र पावसाच्या बाबतीत आढळून येते. त्यातच ज्या भागात पावसाचे प्रमाण कमी,

तेथेच तो अधिक बेभरवशी असलेला दिसतो. शिवाय पाऊस नुसताच पुरेसा पडून उपयोग नसतो; त्याची कालवार विभागणीही योग्य असावी लागते. भारतीय शेती उत्पादकतेचे प्रवाह समजावून घेताना भारतीय पीक लागवड क्षेत्र, वेगवेगळ्या वर्षातील भारतातील मुख्य पिकांच्या उत्पादकतेचे प्रमाण आणि नियोजन काळातील शेती उत्पादकतेचा आढावा घेणे आवश्यक आहे. त्यासोबतच भारतीय शेती उत्पादकता आणि इतर राष्ट्रांची शेती उत्पादकता यांतील फरक समजावून घेणे क्रमप्राप्त ठरते.

अ) भारतातील मुख्य पिकांचे लागवडीखालील क्षेत्र :

तक्ता २.२ : भारतातील मुख्य पिकांचे लागवडीखालील क्षेत्र

कापूस	५.१%
ताग	०.६%
तेलबिया (गळिताची धान्ये)	९.३%
मळे	०.८%

भारतातील कसणुकीच्या जमिनीपैकी सु. ८०% जमिनीवर अन्नपिके (धान्ये, कडधान्ये, भाजीपाला इ.) व इतर जमिनीवर अन्नेतर पिके काढली जातात. १% हून काहीशी कमी जमीन चहा, कॉफी इत्यादींच्या मळयांखाली आहे. बाकीच्या सु. १९% जमिनीवर कापूस, ताग, तेलबिया इ. नगदी पिके लावली जातात.

ब) भारतातील मुख्य पिकांची वेगवेगळया वर्षांतील उत्पादकता :

तक्ता २.३ : भारतातील मुख्य पिकांची वेगवेगळया वर्षांतील उत्पादकता

(आकडे दशलक्ष टनांमध्ये)

मुख्य पिके	१९५१ –५६	१९५६ –६१	१९६१ –६६	१९६६ –६९	१९६९ –७४	१९७४ –७९	१९८० –८५	१९८५ –९०	१९९७ –२	२००४ –५	२००९ –१०
तांदूळ	३०.३	३५.१	३५.९	४१.८	४७.३	५४.५	६५.१	७८.७	८७.३	८५.३	९५.०
गहू	९.७	११.१	१५.५	२५.४	२९.८	४१.२	४८.३	६२.९	७१.३	७२.०	८०.९
तृणधान्ये	६.५	६.३	६.२	६.४	७.१	६.०	५.४	४.९	४.५	४.०	५.२
डाळी	११.७	११.१	१०.३	१०.९	११.७	११.८	१२.५	१३.३	१३.१	१३.४	१४.६
अन्नधान्य	७४.०	८१.०	८७.८	१०३.०	११८.१	१३८.१	१५५.०	१८९.०	२०२.९	२१३.५	२२७.८
तेलबिया	६.७	७.३	७.२	८.३	८.९	११.४	१३.९	२१.९	२१.२	२६.१	२७.५
ऊस	८०.३	१०९.२	१०४.३	१२८.१	१५३.३	१७४.९	१९६.४	२५८.४	२९२.४	२३२.३	३०३.७
कापूस	४.८	५.४	५.५	५.९	६.८	७.५	८.४	१२.२	१०.८	१७.०	२४.१

भारतातील प्रमुख लागवड पिक तांदळाचे उत्पादन २००४–०५ साली घसरलेले दिसते. २००२–०३ च्या नियोजन आराखड्याच्या पहिल्याच वर्षात देशातील बऱ्याच भागात पुष्कळ जाहिर झाल्याने येथे पिकांची उत्पादकता कमी झालेली दिसून येते. अन्नधान्य गटांतील बहुतांश पिकांची उत्पादकता वाढलेली दिसते. त्यात प्रामुख्याने गहू पिकाची उत्पादकता तुलनेने वाढतांना दिसते. अन्नधान्येतर गटांत कापूस या पिकाची गती मंदावलेली दिसते. तेलबियांचे उत्पादन हे १९८० च्या उत्तरार्धात आणि १९९० च्या पुर्वार्धात ही वाढ तेलबियांच्या उत्पादनातील विक्रमी वाढच म्हणावी लागेल. सर्वच अन्नधान्यांची १९५१ पासून २००९–१० पर्यंत जवळपास तीन वेळा उत्पादनात वाढ झाली.

क) नियोजन काळातील शेती उत्पादन :

तक्ता २.४ : नियोजन काळातील शेती उत्पादकता.

वर्ष	शेती उत्पादन निर्देशांक	अन्नधान्य उत्पादन
	१९८१-८२= १००	दशलक्ष टन
१९५०-५१	४६	५१
१९६०-६१	६९	८२
१९७०-७१	८६	१०८
१९८०-८१	१०२	१३०
१९९०-९१	१४८.४	१७६.४
२०००-०१	१६६	१९७
२००२-०३	१५०	१७५
२००३-०४	१८३	२१३
२००४-०५	१७७	१९८
२००५-०६	१८९.३	२०८

स्त्रोत : Government of India, Economic Survey 2006-07, P.S-1.

१९५०-५१ ते २००५-०६ या काळात शेती उत्पादनात व उत्पादकतेत मोठ्या प्रमाणात वाढ झाल्याचे वरील तक्त्यामध्ये दिलेल्या आकडेवारीवरुन स्पष्ट होते. १९५०-५१ ते २००५-०६ या काळात शेती उत्पादनाचा निर्देशांक (index) ४६.२ वरुन १८९.३ पर्यंत वाढलेला आहे. याचाच अर्थ शेती उत्पादनात या काळात जवळपास चारपट वाढ झालेली आहे. याच काळात अन्नधान्याचे उत्पादन ५०.८ दशलक्ष टनांवरून २०८.३ दशलक्ष टनांपर्यंत म्हणजेच चारपटीपेक्षा जास्त वाढले आहे. मात्र उत्पादन वाढीत चढउतार झालेले आहेत.

ड) निवडक देशांतील विविध अन्नधान्य पिकांची उत्पादकता :

तक्ता २.५ : निवडक देशांतील विविध अन्नधान्य पिकांची उत्पादकता

(किलाग्रॅम/हेक्टर्स)

वस्तू	देश	१९७९-८१	१९८९-९१	१९९५	१९९६	१९९७	१९९९
अन्नधान्य	थायलंड	१,९७१	२१४९	२५२७	२२९३	२२६८	२४५९
	चीन	३,०२९	४,१९२	४६६४	४०९३	४८४४	४८८२
	श्रीलंका	२,४६४	२,९२४	३,०५३	३०१५	३,८०२	३१५६
	अमेरिका	४,१५४	४,५८३	४,६४५	५१८५	५,२९९	५७३५
	भारत	१,३२४	२,१९१	२,१४०	२,१८०	२,२३२	२२६४
गहू	चीन	२०४७	३,११२	३,५४१	३७३४	४०८७	३९६९
	पाकिस्तान	१,५६६	१,८४४	२,०८१	२,०१८	२,०५३	२१६२
	अमेरिका	२,२९१	२,३८८	२,४०८	२,४४२	२६७३	२८७२
	अर्जेंटिना	१,५४७	१,९८७	१,९३७	२,२५९	२,५२०	२५००
	भारत	१,५४५	२,२१६	२,५५९	२,४९३	२,६५४	२५८३

वस्तू	देश	१९७९-८१	१९८९-९१	१९९५	१९९६	१९९७	१९९९
भात	थायलंड	१,४९४	२,०९८	२,४४१	२१७२	२१४३	२३९७
	चीन	४,२४४	५,६१३	६,०२२	६,२०६	६,३३१	६१२१
	पाकिस्तान	२,४६६	२३०९	२७५२	२८६८	२८२७	२८७५
	श्रीलंका	२,५५५	३,०२६	३,१५९	३१२३	३९५४	३२४७
	अमेरिका	५,१६७	६,३५६	६,००१	६८६०	६६०९	६६२२
	भारत	१,८५८	२,६१९	२,७८४	२८४६	२९१५	२९२९

स्त्रोत : World and Development Report 2003 : RIS : Academic Foundation New Delhi : p.66

भारतातील अन्नधान्य आणि गहू, भात या पिकांच्या उत्पादकतेची इतर देशातील उत्पादकतेशी तुलना वरील तक्त्यात दिली आहे. उत्पादकतेसंबंधी दिलेल्या आकडेवारीवरुन हे स्पष्ट होते की, काही प्रमुख देशांच्या तुलनेत भारतीय शेतीची उत्पादकता फारच कमी आहे. अन्नधान्याच्या बाबतीत चीन व अमेरिकेतील उत्पादकता भारतातील उत्पादकतेच्या दुपटीपेक्षा जास्त आहे. गहू व भाताच्या बाबतीतही भारतीय उत्पादकत कमीच आहे. पाकिस्तानमधील गव्हाच्या उत्पादकतेपेक्षा भारतातील उत्पादकता कमी आहे.

वेगवेगळ्या काळात, वेगवेगळ्या पिकांच्या उत्पादकतेचा आढावा वरीलप्रमाणे घेता येतो. भारतीय शेती उत्पादकतेचे प्रवाह अभ्यासताना भारतातील मुख्य पिकांच्या लागवडी खालील क्षेत्र, भारतातील मुख्य पिकांची वेगवेगळ्या वर्षातील उत्पादकता नियोजन काळातील शेती उत्पादकता आणि निवडक देशांतील विविध अन्नधान्य पिकांची उत्पादकता येथे विचारात घेतली व तक्त्यांद्वारे गतकाळातील आणि सद्यपरिस्थितीतील उत्पादकतेची सविस्तर माहीती घेतली.

१.५ कृषी क्षेत्रात राष्ट्रीय रोजगार हमी योजनेची भूमिका :

भारतातील बहुसंख्य लोक ग्रामीण भागात राहतात. त्यामुळे या भागाचा विकास होणे अत्यावश्यक आहे. परंतु ग्रामीण भागातील दारिद्रय आणि बेरोजगारी या प्रमुख समस्यांमुळे हा भाग अजूनही मागासलेलाच राहिला आहे. ग्रामीण भागाचा विकास करण्यासाठी तसेच दारिद्रय व बेकारी या समस्यांचे निर्मूलन करण्यासाठी रोजगार निर्मितीच्या दरात वाढ करणे आणि ग्रामीण भागात शेती क्षेत्रात नियमित रोजगार प्राप्त करून देणे आवश्यक ठरते. याकामी शासनाद्वारे पुरस्कृत योजना महत्त्वपूर्ण कामगिरी बजावू शकतात. महाराष्ट्रात सन १९७७ साली सुरू झालेली ग्रामीण रोजगार हमी योजना ही रोजगार निर्मितीच्या दिशेने टाकण्यात आलेले महत्त्वपूर्ण पाऊल होय. ग्रामीण भागात वर्षातून विशिष्ट दिवस रोजगाराची उपलब्धता व रोख रक्कम आणि अन्नधान्याच्या स्वरूपात श्रमिकांना मोबदला असे या योजनेचे स्वरूप होते. ग्रामीण भागात रोजगार निर्मितीच्या संदर्भात ही योजना बऱ्याच अशी यशस्वी ठरली. महाराष्ट्रातील रोजगार हमी योजनेची उपयुक्तता पाहून या योजनेच्याच धर्तीवर केंद्र शासनाद्वारे राष्ट्रीय पातळीवर ग्रामीण रोजगार हमी योजना राबविण्याचे धोरण आखले गेले. यानुसार डिसेंबर २००४ झाली राष्ट्रीय ग्रामीण रोजगार योजनेचे विधेयक संसदेसमोर मांडण्यात आले. त्यानंतर त्या संदर्भात कायदा करण्यात येऊन ऑगस्ट २००५ मध्ये केंद्रीय मंत्रिमंडळाने या योजनेच्या अंमलबजावणीत मंजुरी दिली व फेब्रुवारी २००६ मध्ये या योजनेच्या अंमलबजावणीस प्रारंभ झाला.

अ) कायद्याची रूपरेषा :

ग्रामीण भागातील रोजगार मिळवू इच्छिणाऱ्या प्रत्येक कुटुंबाला १०० दिवस अकुशल वेतन रोजगार देण्याचे उद्दिष्ट या कायद्याचे आहे. हा मागणी आधारित कार्यक्रम असल्याने रोजगार निर्मितीचे लक्ष्य निश्चित केलेले

नाही. या कार्यक्रमाअंतर्गत जलसंवर्धन, वृक्ष लागवड, भूविकास, रस्तेबांधणी वगैरेवर भर दिलेला आहे. या कायद्याची रूपरेषा पुढीलप्रमाणे जाणून घेता येईल :

१) या कायद्याची अंमलबजावणी सुरू झालेल्या पहिल्या वर्षी ८,८२३.३५ कोटी रूपये खर्च करण्यात आला आणि २.१० कोटी कुटुंबांना रोजगार पुरवण्यात आला.

२) २००७-०८ मध्ये या कार्यक्रमाअंतर्गत १५,८५६.८९ कोटी रूपये खर्च करण्यात येऊन ३.३९ कोटी कुटुंबांना रोजगार पुरवण्यात आला.

३) २००८-०९ मध्ये कार्यक्रमावरील खर्च २७,२५०.१ कोटी रूपये होता आणि ४.५१ कोटी कुटुंबाना रोजगार उपलब्ध झाला होता.

४) २००९-१० मध्ये ५.२६ कोटी कुटुंबांना रोजगार उपलब्ध झाला आणि ३७,९०५.२३ कोटी रूपये खर्च करण्यात आला.

५) २०१०-११ मध्ये झालेला खर्च ३९,३७७.२७ कोटी रूपये असून ५.४९ कोटी कुटुंबाना रोजगार उपलब्ध झाला.

ब) राष्ट्रीय ग्रामीण रोजगार हमी योजनेची वैशिष्ट्ये :

या योजनेची वैशिष्ट्ये खालीलप्रमाणे :

१) ठरावीक दिवस निश्चित स्वरुपाचा रोजगार :

या योजनेनुसार देशातील ग्रामीण भागात वर्षातून किमान १०० दिवस रोजगार पुरविण्याचे धोरण ठरविले गेले. त्यामुळे किमान कालावधीसाठी रोजगाराची हमी मिळाली.

२) रोखीने व अन्नधान्याचा स्वरुपात मोबदला :

महाराष्ट्रातील 'रोहयो' योजनेच्याच धर्तीवर श्रमिकांना तात्काळ रोखीने तसेच अन्नधान्याच्या स्वरुपात मोबदला देण्याची व्यवस्था करण्यात आली. त्यामुळे त्यांच्या उत्पन्नात भर पडण्यास मदत झाली.

३) दारिद्र्य निर्मूलन व रोजगार निर्मितीस साहाय्य :

या योजनेनुसार श्रमिकांना काही विशिष्ट कालावधीसाठी निश्चित स्वरुपाच्या रोजगाराची व उत्पन्नाची हमी मिळाल्याने ग्रामीण भागातील दारिद्र्य व बेकारी या समस्यांचे निर्मूलन करण्यास निश्चितपणे साहाय्य होणार आहे.

४) पायाभूत सुविधांची उपलब्धता :

या योजनेनुसार रस्ते, तलाव, बंधारे, गृहबांधणी आदी कामे करून घेण्यात येत आहेत. त्यामुळे ग्रामीण भागात पायाभूत सुविधांची उपलब्धता होणार आहेच, शिवाय त्यामुळे कृषीक्षेत्रात उत्पादनवाढीसही चालना मिळणार आहे. यातून शासकीय योजनांमधील विकास कामेही पूर्ण करता येणार आहेत.

५) राज्यांच्या योजना :

केंद्र शासनाने राष्ट्रीय ग्रामीण रोजगार हमी योजनेची अंमलबजावणी करताना घटकराज्यांना या योजनेच्याच धर्तीवर त्यांच्या स्वतःच्या रोजगार हमी योजना आखण्यास व त्यांची अंमलबजावणी करण्यास मान्यता दिली आहे. यानुसार राज्यांना त्यांच्या राज्यातील स्थितीनुसार व्यावहारिक स्वरुपाच्या रोजगार हमी योजना तयार करणे शक्य झाले आहे.

६) योजनेची व्याप्ती :

सन २००६ मध्ये सुरुवातीस ही योजना देशातील १५० जिल्ह्यात राबविण्यात आली. त्यानंतर या योजनेची व्याप्ती २०० जिल्ह्यांपर्यंत वाढविण्यात आली. सन २००७ -०८ या आर्थिक वर्षात या योजनेची व्याप्ती आणखी वाढवून ती एकूण ३३० जिल्ह्यांपर्यंत वाढविण्यात आली.

७) राज्य रोजगार हमी योजना परिषदांची स्थापना :

राष्ट्रीय ग्रामीण रोजगार हमी योजना कायदा २००५ नुसार प्रत्येक घटकराज्यास राज्य ग्रामीण रोजगार हमी योजना परिषद स्थापन करणे आवश्यक आहे. त्यामुळे घटकराज्यांमध्ये या योजनेची परिणामकारक अंमलबजावणी करणे शक्य होईल.

क) राष्ट्रीय ग्रामीण रोजगार हमी योजनांची अंमलबजावणी :

राष्ट्रीय ग्रामीण रोजगार हमी योजनांची अंमलबजावणी पुढील मुद्याच्या आधारे स्पष्ट करता येईल :

१) हंगामी रोजगार :

रोजगार हमी ही संकल्पना कामाचा हक्क या कल्पनेतून पुढे आली. काम करण्यास तयार असलेल्या व्यक्तीस काम मिळाले पाहिजे आणि त्याला किमान राहणीमान प्राप्त झाले पाहिजे, हा कामाचा हक्क याचा अर्थ आहे. हा मूलभूत हक्क म्हणून राज्यघटनेद्वारे मिळाला पाहिजे अशी मागणी समाजवादी विचारांचे नेते आणि पक्ष करीत आले आहेत, पण या हक्कामुळे निर्माण होणारा आर्थिक भार प्रचंड असेल हा विचार प्रभावी ठरला. तरीही काम मिळत नसलेल्या लोकांसाठी, विशेषतः ग्रामीण भागात आणि शेतीचा हंगाम संपल्यानंतरच्या काळात, काम पुरविण्यासाठी हंगामी रोजगार पुरविण्याचा कार्यक्रम सरकार वेळोवेळी सुरु करीत असे.

२) राष्ट्रीय भूमिहीन रोजगार हमी योजना :

दुष्काळाच्या परिस्थितीत दुष्काळी कामे सुरू केली जात. महाराष्ट्र राज्याने १९७२-७३ च्या दुष्काळात रोजगार पुरविण्याबरोबरच ग्रामीण विकासासाठी कार्यक्रम तयार केला आणि त्याचे रुपांतर कायदा करून रोजगार हमी योजनेत १९७८ मध्ये केले. कामाची मागणी केल्यास गावाच्या परिसरात पुरेसे कामगार तयार असल्यास कामे पुरविण्याची व्यवस्था सरकार करते. याच व्यवस्थेद्वारे १९८३ मध्ये राष्ट्रीय भूमिहीन रोजगार हमी योजना केंद्रिय पातळीवर सुरू करण्यात आली.

३) १०० दिवसांची रोजगार योजना :

२००४ मध्ये संयुक्त पुरोगामी आघाडीचे सरकार स्थापन होताना स्वीकारलेल्या समान किमान कार्यक्रमात दारिद्रय-रेषेखालील कुटुंबातील एका पौढ व्यक्तीला वर्षात १०० दिवसांसाठी किमान वेतनावर काम देण्यासाठी कायदा करण्याच्या कल्पनेचा समावेश करण्यात आला. फेब्रुवारी २००६ पासून प्रथम निवडक जिह्यात आणि २००७-०८ पासून संपूर्ण देशभर ग्रामीण भागात राष्ट्रीय ग्रामीण रोजगार हमी कार्यक्रम राबविण्यास सुरुवात झाली आहे. योजनेत नोंदणी केलेल्या कुटुंबांना हक्क म्हणून काम किंवा बेरोजगारी भत्ता देण्याची तरतूद या कार्यक्रमात आहे.

४) ग्रामीण विकास योजना :

पूर्वीच्या रोजगार कार्यक्रमांपेक्षा राष्ट्रीय ग्रामीण रोजगार हमी कार्यक्रम केवळ रोजगार पुरवत नाहीत. तर मनुष्यबळाचा वापर ग्रामीण विकासासाठी करतो. यातील कामांतून ग्रामीण भागात उत्पादक मत्ता निर्माण होतात आणि तेथे उत्पादन व रोजगार यात कायमस्वरुपी वाढ होते.

दारिद्रय निर्मूलनासाठी या कार्यक्रमाचा निश्चितच उपयोग होण्यासारखा आहे. या योजनेचा पूर्ण लाभ मिळणाऱ्या कुटुंबाचे वार्षिक उत्पन्न किमान ६००० रुपयांनी काढू शकते. त्यामुळे दारिद्र्या-रेषेखालील कुटुंबाची संख्या कमी होण्यास मदत होईल. याशिवाय ग्रामीण भागातील खाजगी क्षेत्रातील रोजगारांसाठी नवीन संधी निर्माण होऊन कार्यक्रमावर अवलंबून असणाऱ्या लोकांची संख्या कालांतराने घटत जाईल.

सरावासाठी प्रश्न

प्र. १. खालील प्रश्नांची वीस शब्दात उत्तरे लिहा.

१) कृषी उत्पादकता काय आहे?

२) भारतातील कमी कृषी उत्पादकतेची कोणतीही चार कारणे स्पष्ट करा.

३) भारतातील कृषी उत्पादकता वाढवण्याच्या कोणत्याही चार उपाययोजना स्पष्ट करा.

४) राष्ट्रीय रोजगार हमी योजना म्हणजे काय?

५) राष्ट्रीय रोजगार हमी योजना केंव्हा सुरु झाली?

प्र. २. खालील प्रश्नांची सविस्तर उत्तरे लिहा.

१) कृषी उत्पादकता काय आहे? भारतातील कमी कृषी उत्पादकतेची कारणे स्पष्ट करा.

२) भारतातील कृषी उत्पादकता वाढवण्याच्या उपाययोजना स्पष्ट करा.

३) १९९१ पासून भारतातील कृषी उत्पादकतेतील प्रवाह विशद करा.

४) राष्ट्रीय रोजगार हमी योजनेची रुपरेषा आणि वैशिष्ट्ये सांगा.

५) कृषी क्षेत्रातील राष्ट्रीय रोजगार हमी योजनेची भूमिका तपशीलवार विशद करा.

प्रकरण ३

कृषी पतपुरवठा आणि विपणन

प्रस्तावना :

ग्रामीण अर्थव्यवस्थेच्या सर्वांगीण विकासात आणि भारतासारख्या विकसनशील देशात सर्वसाधारणपणे राष्ट्रीय अर्थव्यवस्थेमध्ये शेती महत्त्वाची भूमिका बजावते. जलद आणि शाश्वत कृषी विकास आर्थिक वाढीची प्रक्रिया सुलभ करते. कृषी विकासाचा अर्थ पिकांचे उत्पादन आणि उत्पादकता वाढवणे, रोजगाराच्या संधी निर्माण करणे आणि त्याद्वारे शेतकऱ्यांचे जीवनमान सुधारणे होय. शिवाय, कृषी क्षेत्र एकूण आर्थिक विकासाला गती देते. कृषी क्षेत्राने एकूणच आर्थिक विकासाला गती दिली. मॉर्मनच्या मते, मानवजातीला शेतीच्या फायद्याला प्रोत्साहन देणारी गोष्ट म्हणजे शेतीची प्रगती आणि सभ्यतेची प्रगती हातात आहे. कच्चामाल पुरवठा करणारे उद्योग शेतीवर अवलंबून आहेत. हे मान्य केले जाते की औद्योगिकीकरण शेतीच्या विकासावर अवलंबून आहे. जर कृषी क्षेत्रातील वृद्धीचा दर स्थिर राहिला तर औद्योगिक विकासावर त्याचा विपरीत परिणाम होतो पर्यायाने औद्योगिक विकासाला अडथळा निर्माण होतो. कृषी क्षेत्र एकट्याने दारिद्र्याचे दुष्टचक्र तोडण्यात उत्प्रेरक म्हणून काम करेल. देशातील आर्थिक विकासाच्या प्रक्रियेत शासनाने शेतीला अधिक महत्त्व दिले आहे.

३.१ आर्थिक क्षेत्रातील सुधारणा आणि ग्रामीण पतपुरवठा :

वित्तीय क्षेत्र हे कोणत्याही अर्थव्यवस्थेचा कणा असते आणि ते एकत्रित करणे आणि संसाधनांचे वाटप करण्यात महत्त्वपूर्ण भूमिका बजावते. वित्तीय क्षेत्राचे घटक म्हणजे बँका, वित्तीय संस्था, साधने आणि बाजारपेठा जे अतिरिक्त क्षेत्रातील संसाधनांची जमवाजमव करतात आणि अर्थव्यवस्थेतील वेगवेगळ्या गरजू क्षेत्रांना उपलब्ध करून दिला जातो. बचत आणि गुंतवणूकीचे संस्थात्मीकरण करून भांडवलाच्या संचय वाढविण्याच्या प्रक्रियेमुळे आर्थिक वाढीस चालना मिळते. आर्थिक क्षेत्रातील सुधारणांचे मुख्य उद्दीष्ट म्हणजे संसाधनांचे कार्यक्षमतेने वाटप करणे, गुंतवणूकीवरील परतावा वाढविणे आणि अर्थव्यवस्थेच्या वास्तविक क्षेत्राची वाढ वेगवान करणे. भारत सरकारने सुधारप्रक्रिया अंतर्गत आरंभ केलेले उपाय म्हणजे वित्तीय क्षेत्राच्या प्रत्येक घटकाची कार्यक्षमता वाढविणे.

३.१.१ वित्तीय क्षेत्रातील अलीडील सुधारणा :

भारतीय वित्तीय प्रणालीमध्ये झालेले काही महत्त्वाचे बदल आणि सुधारणा खालील मुद्यांच्या साहाय्याने स्पष्ट करता येतील :

१) नवीन भागविक्री बाजार :

मागील दशकामध्ये नवीन भागविक्री बाजारपेठेमध्ये मोठ्या प्रमाणावर वाढ झालेली आहे. नवीन भागविक्री बाजाराच्या संदर्भातील तीन महत्त्वाचे बदल खाली सांगितले आहेत :

i) भागभांडवल (नियंत्रण) कायद्याचे उच्चाटन.

ii) भागभांडवल नियंत्रक कार्यालयाचे कार्यालयाचे उच्चाटन.

iii) सार्वजनिक भागांच्या किंमती निश्चिती बाबतचे मुक्ताधिकार.

नवीन भागांच्या साहाय्याने उभारण्यात आलेल्या भांडवलाच्या प्रमाणात मोठ्या प्रमाणावर वाढ झाली. १९७० मध्ये नवीन भागभांडवलाच्या माध्यमातून सरासरी वार्षिक भांडवल उभारणी रू.९० कोटी एवढी होती. ती १९९० मध्ये ७,५१६ कोटी एवढी वाढली.

१९९३-९४ मध्ये प्राथमिक बाजारपेठेत मोठ्या प्रमाणावर वृध्दी झाल्याचे दिसून येते. ११५४ सार्वजनिक आणि अधिकार भाग यांच्या माध्यमातून खाजगी कंपनी क्षेत्रात २१,८४६ कोटी एवढी वाढ झाली जी १०५१ भागांच्या विक्रीतून झालेल्या १८,६९५ पेक्षा जास्त आहे.

१९९४ मध्ये ३४ मेगा भागांची विक्री झाली ज्यामधून अधिक १०० कोटी रूपयांचे भांडवल उभारले गेले.

१९९० च्या सुरूवातीला IDBI, ICICI आणि IFCI यासारख्या वित्तीय संस्थांनी भांडवल बाजारात प्रवेश केला.

व्यापारी बँकांनाही भांडवल बाजारातून समभाग भांडवल उभारण्यास परवानगी देण्यात आली.

१९९२ च्या दरम्यान भारत सरकारने विदेशी वित्तीय गुंतवणूकदारांना भारतीय भांडवल बाजारात प्रवेश करण्यास परवानगी दिली.

२) भारतातील रोखे बाजाराच्या विस्तार आणि विकास :

i) १९९१ नंतर भारतीय रोखे बाजारामध्ये लक्षणीय प्रगती आणि विकास झाला. १९७० मध्ये भारतात केवळ ८ रोखे बाजार होते. आज त्यांची संख्या २२ एवढी आहे.

ii) रोखे बाजारातील आणखी एक महत्त्वाची विकासाची बाब म्हणजे संस्थात्मिकरणात झालेली वाढ.

रोखे बाजार क्षेत्रात अनेक संस्थांनी प्रवेश केला आहे. त्यामध्ये परकीय संस्थात्मक गुंतवणूकदार, परकीय निधी, खासगी परस्पर निधी, पेन्शन निधी, नवीन तंत्रज्ञान आणि भारतीय प्रतिभूती, आणि विनिमय केंद्र यांचा समावेश होतो. अधिकाधिक संस्था या क्षेत्रात प्रवेश करीत आहेत.

३) पतश्रेणांकन संस्थांचा विकास :

कंपन्यांना श्रेणांकन देण्यासाठी तसेच भांडवल बाजारात स्थिर दराने प्रतिभूती आणण्यासाठी अनेक पत मूल्यांकन संस्थांचा विकास करण्यात आला. त्यापैकी ही महत्त्वाच्या पतमूल्यांकन संस्था खालीलप्रमाणे सांगता येतील :

i) क्रेडीट रेटिंग इन्फॉर्मेशन सक्रिसेस ऑफ इंडिया लि. (CRISIL ही संस्था १९८७ मध्ये ICICI आणि UTI यांनी सुरू केली.)

ii) इन्व्हेस्टमेंट इन्फॉर्मेशन ॲण्ड क्रेडिट रेटिंग एजन्सी (IRCA) १९९१ (IFCI आणि इतर अनेक वित्तीय संस्थांनी या संस्थेची स्थापना केली.

iii) क्रेडिट ॲनॅलिसिस ॲण्ड रिसर्च लि. (CARE). (ही संस्था IDBI, कॅनरा बँक, UTI आणि खासगी क्षेत्रातील बँका आणि इतर वित्तीय सेवा कंपन्यांनी सुरू केली.)

४) स्टॉक होल्डींग कार्पोरेशन ऑफ इंडियाचा विकास :

ही एक डिपॉझिटरी संस्था असून ती ऑगस्ट १९८८ पासून कार्यरत आहे. सार्वजनिक वित्तीय संस्थांनी एकत्र येऊन प्रतिभूतींच्या हस्तांतरणासाठी तसेच सुरक्षित ठेवण्यासाठी तसेच निरसनगृह म्हणून या संस्थेची स्थापना केली. भागांच्या तसेच इतर दस्तावेजांच्या हस्तांतरणासाठी बुक एन्ट्री सिस्टम लागू करून अशा व्यवहारात असणाऱ्या मोठ्या कागदपत्रांचा ताण वाचवून अशा हस्तांतरणासाठी होणारा विलंब टाळण्यासाठी या संस्थेचा विकास करण्यात आला.

५) सेबीचा विकास :

१९८८ मध्ये भारत सरकारने भारतीय प्रतिभूती आणि विनिमय केंद्राची स्थापना केली. गुंतवणूकदारांना पुरेसे संरक्षण मिळावे आणि प्रतिभूती बाजाराचा निरोगी विकास व्हावा. या दृष्टिकोनातून या संस्थेची स्थापना करण्यात आली. रोखेबाजार आणि त्यातील सहभागी घटकांचे नियमन करण्याचे अधिकार ३१ मार्च १९९२ रोजी सेबीला देण्यात आले.

प्राथमिक आणि दुय्यम बाजारपेठातील व्यवहारात पारदर्शकता आणण्यासाठी तसेच गुंतवणूकदारांना संरक्षण देण्यासाठी सेबीने अनेक आश्वासक पावले उचलली आहेत.

६) राष्ट्रीय रोखे बाजार :

राष्ट्रीय रोखे बाजार ही भारतीय वित्तीय प्रणालीतील आणखी एक सुधारणा. १९९२ मध्ये या संस्थेची स्थापना करण्यात आली. २६ एप्रिल, १९९३ पासून सरकारने या संस्थेला मान्यता दिली. या रोखे बाजाराचे दोन भाग आहेत.

i) एक विभाग ठोक कर्ज साधनांशी संबंधित आहे.

ii) दुसरा विभाग भांडवल बाजारातील पतसाधनांशी संबंधित आहे.

भांडवल बाजाराची व्यावसायिकता वाढविण्याच्या दृष्टीने या रोखे बाजाराची स्थापना करण्यात आली. त्याचप्रमाणे गुंतवणूकदारांना संपूर्ण देशभर प्रतिभूतींचा व्यापार करता येईल हा ही या बाजाराच्या स्थापनेमागील हेतू होता.

७) सिक्यूरिटीज ट्रेडींग कार्पोरेशन ऑफ इंडिया :

सरकारी कर्ज रोखे आणि झडण बॉण्डस्च्या व्यवहारासाठी सक्रीय दुय्यम बाजारपेठेचा आधार म्हणून भारतीय रिझर्व्ह बँकेने सिक्यूरिटीज ट्रेडींग कार्पोरेशन ऑफ इंडिया या संस्थेची स्थापना केली.

८) परस्परनिधींचा विकास :

अनेक परस्पर निधींचा विकास करण्यात आला. IFCI, ICICI, IDBI यांसारख्या अनेक मुदत कर्ज देणाऱ्या वित्तीय संस्थांनी परस्पर निधी क्षेत्रात प्रवेश केला आहे. अशा प्रकारे UTI शिवाय अनेक वित्तीय संस्था छोट्याछोट्या बचतींच्या चलनवळणात भाग घेत आहेत ज्यामध्ये भारतीय आयुर्विमा महामंडळ आणि साधारण विमा महामंडळ यांसारख्या वित्तीय संस्थांचा समावेश होतो.

अलिकडच्या काळात सरकारने खासगी क्षेत्राला परस्पर निधीत सहभागी होण्यास परवानगी दिली असून परस्पर निधीची संरचना आणि कामकाज यावर देखरेख ठेवण्यासाठी सेबीला विशेष अधिकार दिले आहेत.

९) मर्चन्ट बँकिंगचा विकास :

भारतीय वित्तीय प्रणालीने मर्चन्ट बँकिंग सेवामध्ये अनेक बदल पाहिले आहेत. या सेवांमध्ये उद्योजकांना त्यांचे प्रकल्प तयार करण्यासाठी आणि त्यांची अमंलबजावणी करण्यासाठी तसेच या प्रकल्पांसाठी लागणारे वित्त

उभारण्यासाठी आणि विविध वित्तीय संस्थांकडून वित्त साहाय्य उपलब्ध करून देण्याच्या दृष्टीने व्यावसायिक सेवा आणि सल्ला याचा समावेश होतो.

१०) इन्व्हेस्टर्स सर्व्हिसेस ऑफ इंडिया लि. (ISIL) :

ISIL ही भारतीय वित्तीय प्रणाली विकासातील एक महत्त्वाचा भाग आहे. IDBI ने या संस्थेची स्थापना केलेली आहे. आंतरराष्ट्रीय मानकांप्रमाणे सेवांची नोंदणी आणि हस्तांतरण होण्याच्या दृष्टीने या संस्थेची स्थापना करण्यात आली.

११) व्यापारी बँक व्यवसायात UTI चे पदार्पण :

भारतीय वित्तीय प्रणाली विकासातील आणखी एक लक्षणीय बाब म्हणजे UTI चे १९९४ च्या सुरूवातीला भारतीय भांडवल बाजारातील पदार्पण हे होय.

१२) बँक व्यवसाय प्रणालीतील विकास :

नरसिंहन समितीने आपला अहवाल सादर केल्यानंतर भारतीय बँक व्यवसाय प्रणालीत अनेक बदल घडून आले. ग्रामीण भागात आणि अविकसित भागांमध्ये मोठ्या प्रमाणावर शाखा उघडण्यात आल्या. बचतींचे चलनवळण आणि अग्रक्रम क्षेत्रातील पत सुविधांचा विस्तार यामुळे एकूण वित्तीय संरचनेचा विकास आणि विस्तार झाला आणि बँक व्यवसायाचे मुळचे स्वरूप बदलून तो आता सार्वजनिक व्यवसाय बनला.

अनेक मुख्य व्यापारी बँकांचा व्यवसाय विविधतापूर्ण बनला. बँकांनी क्रेडिट कार्डस्, ग्राहक पतव्यवस्था, मर्चन्ट बॅकिंग लिर्जींग परस्पर निधी इत्यादी क्षेत्रात प्रवेश केला. त्यासाठी काही बँकांनी आपल्या दुय्यम/साहाय्यक ही बँकांची स्थापना केली.

१३) खासगी आणि परदेशी बँकांचा विकास :

भारतीय वित्तीय प्रणालीमध्ये अनेक खासगी बँका आणि परदेशी बँकांचा सहभाग वाढला. गेल्या काही वर्षांमध्ये HDFC बँक, ग्लोबल ट्रस्ट बँक, टाइम्स् बँक इत्यादी सारख्या बँकांची स्थापना झाली. परदेशी बँकांच्या अनेक शाखा उघडल्या गेल्या.

१४) परकीय संस्थात्मक गुंतवणूकदारांचा प्रवेश :

सप्टेंबर १९९२ पासून परकीय संस्थात्मक गुंतवणुकदारांना भारतीय भांडवल बाजारात गुंतवणुकीस परवानगी देण्यात आले. जानेवारी १९९३ मध्ये त्यांनी प्रत्यक्ष गुंतवणुकीला सुरूवात केली आणि ऑगस्ट १९९३ मध्ये ते सक्रीय सहभागी घटक बनले. १ ऑक्टोंबर १९९४ रोजी २३४ परकीय संस्थात्मक गुंतवणूकदारांचीच सेबीवर नोंदणी झालेली आहे.

३.१.२ ग्रामीण पतपुरवठ्यावरील आर्थिक सुधारणांचे परिणाम :

ग्रामीण पतपुरवठ्यावरील आर्थिक सुधारणांचे काही संभाव्य परिणाम पुढीलप्रमाणे आहेत :

१) पतपुरवठ्यावर वर्धित प्रवेश :

आर्थिक समावेशनावर लक्ष केंद्रित करणाऱ्या आणि पतपुरवठ्यात सुधारणा करणाऱ्या सुधारणांचा ग्रामीण समुदायांवर सकारात्मक परिणाम होतो. ग्रामीण शाखा स्थापन करणे, मोबाईल बँकिंग सेवा सुरू करणे आणि डिजिटल कर्ज देण्याच्या व्यासपीठास प्रोत्साहन देणे यासारख्या उपाययोजनांमुळे शेतकरी आणि ग्रामीण उद्योजकांना कर्ज मिळवणे सोपे होते, ज्यामुळे कृषी उत्पादकता आणि ग्रामीण आर्थिक विकासाला चालना मिळते.

२) कमी व्याजदर आणि खर्च :

काही सुधारणा, विशेषत: बँकिंग क्षेत्रातील स्पर्धेला चालना देण्याच्या उद्देशाने केलेल्या सुधारणांमुळे व्याजदर आणि कर्ज घेण्याच्या खर्चात कपात होते. यामुळे ग्रामीण कर्जदारांना पतपुरवठा अधिक परवडणारे बनवून आणि त्यांचा खर्च अधिक प्रभावीपणे व्यवस्थापित करण्यात मदत होते.

३) ग्रामीण कर्जाचे विविधीकरण :

ग्रामीण पत बाजारपेठेतील गैर-बँकिंग वित्तीय संस्था, सूक्ष्म वित्त संस्था आणि सहकारी संस्थांच्या सहभागास प्रोत्साहन देणाऱ्या सुधारणांमुळे कर्जाच्या स्त्रोतांमध्ये विविधता येते. यामुळे अल्पभूधारक शेतकरी आणि ग्रामीण उद्योजकांसह ग्रामीण ग्राहकांच्या गरजेनुसार आर्थिक उत्पादनांची विस्तृत श्रेणी मिळते.

४) पतपुरवठा उत्पादनांमध्ये नावीन्य :

फिनटेक नाविन्यास प्रोत्साहन देणाऱ्या सुधारणांमुळे खासकरून ग्रामीण ग्राहकांसाठी तयार केलेल्या नवीन पतपुरवठा उत्पादनांचा विकास होतो. उदाहरणार्थ, डिजिटल कर्ज प्लॅटफॉर्म हे लवचिक आणि सोयीस्कर पतपुरवठा पर्याय देतात जे कृषी क्रियाकलापांच्या हंगामी आणि रोख प्रवाहाच्या गतिशीलतेची पूर्तता करतात.

५) अनौपचारिक कर्जावरील अवलंबित्व कमी :

सुलभ औपचारिक पतपुरवठा कर्जाच्या अनौपचारिक स्त्रोतांवर अवलंबून राहण्यास मदत करतो, जसे की सावकार, जे सहसा जास्त व्याजदर आकारतात. औपचारिक कर्जासाठी सक्षम वातावरण निर्माण करणाऱ्या सुधारणा ग्रामीण कर्जदारांना या महागड्या आणि शोषक स्त्रोतांना पर्याय देतात.

६) सुधारित कृषी उत्पादकता :

पुरेसे कर्ज शेतकऱ्यांना आधुनिक शेती तंत्र, दर्जेदार बियाणे, खते आणि यंत्रसामग्रीमध्ये गुंतवणूक करण्यास सक्षम करते. कृषी पतपुरवठा सुलभ करणाऱ्या सुधारणा उत्पादकता वाढवण्यास आणि उत्पन्न सुधारण्यास हातभार लावतात, शेवटी ग्रामीण उत्पन्नाला चालना देतात.

७) जोखीम व्यवस्थापन :

काही सुधारणा उपाय, जसे की पतपुरवठा माहिती सामायिकरण प्रणाली सुधारणे, कर्जदारांच्या पतपुरवठा योग्यतेचे अचूक मूल्यांकन करण्याची क्षमता वाढवतात. यामुळे चांगले जोखीम व्यवस्थापन होते आणि पतपुरवठा अनुपस्थिती घटना कमी होतात, ज्यामुळे सावकार आणि कर्जदार दोघांनाही फायदा होतो.

८) आर्थिक साक्षरता आणि समावेशन :

आर्थिक साक्षरता आणि शिक्षणाला चालना देणाऱ्या सुधारणा ग्रामीण कर्जदारांना पतपुरवठा वापराबाबत माहितीपूर्ण निर्णय घेण्यास सक्षम बनवतात. यामुळे जबाबदार कर्ज घेण्याची वर्तणूक निर्माण होते आणि अति-कर्ज टाळण्यास मदत होते.

९) हंगामी पतपुरवठा कमी करणे :

कृषी क्रियाकलापांमधील हंगामी चढउतारांमुळे अनेकदा कर्जाची मागणी निर्माण होते जी पारंपारिक बँकिंग प्रणाली पुरेशा प्रमाणात सोडवू शकत नाही. पीक-विशिष्ट कर्जे आणि परतफेडीच्या वेळापत्रकांसह लवचिक पतपुरवठा पर्याय प्रदान करणाऱ्या सुधारणा शेतकऱ्यांना या हंगामी कर्जाच्या गरजा व्यवस्थापित करण्यात मदत करतात.

१०) बळकट सहकारी संस्था आणि स्वयं-सहायता गट :

काही सुधारणा उपाय ग्रामीण भागातील सहकारी पतसंस्था आणि स्वयं-सहायता गट मजबूत करण्यावर भर देतात. या संस्था मध्यस्थ म्हणून काम करतात, थेट ग्रामीण समुदायांना पतपुरवठा आणि वित्तीय सेवा प्रदान करतात आणि स्थानिक आर्थिक विकासाला चालना देतात.

११) असुरक्षित गटांवर प्रभाव :

आर्थिक समावेशनाला प्राधान्य देणाऱ्या सुधारणांचा ग्रामीण भागातील उपेक्षित आणि असुरक्षित गटांवर विशेषतः सकारात्मक परिणाम होतो, जसे की महिला आणि सामाजिकदृष्ट्या वंचित समुदाय. या गटांना अनेकदा

औपचारिक पतपुरवठा मिळवण्यात अडथळ्यांना सामोरे जावे लागते आणि सर्वसमावेशक सुधारणा उपायांमुळे त्यांना लक्षणीय फायदा होतो.

१२) स्थूल आर्थिक धोरणांचा प्रभाव :

व्याजदरातील बदल आणि चलनविषयक धोरण निर्णय यासारख्या व्यापक आर्थिक धोरणांचा ग्रामीण पत उपलब्धता आणि परवडण्यावरही अप्रत्यक्षपणे परिणाम होतो. या धोरणांची परिणामकारकता आणि पारदर्शकता वाढवणाऱ्या सुधारणा स्थिर आणि अनुकूल पत परिस्थितीमध्ये योगदान देतात.

३.२ नाबार्ड, व्यापारी बँका आणि सहकारी संस्थांची भूमिका :

ग्रामीण अर्थव्यवस्थेची वाढ साधारणपणे निधीवर अवलंबून असते. बियाणे पेरण्यापासून ते उत्पादनोत्तर उत्पन्न मिळेपर्यंतचे अंतर हे तुलनेने मोठे असते. शेतकरी खतांवर, बियाण्यांवर, साधनांवर आणि इतर वैयक्तिक खर्चाच्या प्राथमिक गुंतवणुकीशी जुळण्यासाठी वेगवेगळ्या आघाड्यांवरून कर्ज घेतात. स्वातंत्र्योत्तरनंतर व्यापारी आणि सावकारांनी गरीब शेतकरी आणि भूमिहीन कामगारांना मोठ्या व्याजदरावर कर्ज देऊन आणि त्यांच्या खात्यावर खोट्या नोंदी करू त्यांना अडकविले.

सन १९६९ मध्ये भारताने सोशल बँकिंग आणि ग्रामीण पतपुरवठा गरजा भागविण्यासाठी निधी पुरवू शकणाऱ्या विविध संस्था सुरू केल्या. नंतर १९८२ मध्ये, राष्ट्रीय कृषी आणि ग्रामीण विकास बँक (नाबार्ड) ची स्थापना एक ग्रामीण संस्था म्हणून केली गेली जो ग्रामीण वित्तीय व्यवस्थेशी संबंधित सर्व आर्थिक उपक्रमांचे नियमन व आयोजन करेल. हरितक्रांती जेव्हा अस्तित्वात आली आणि देशाची पतप्रणाली बदलली तेव्हा ग्रामीण कर्जाची उत्पादनक्षमता मोठ्या प्रमाणावर वाढलेली दिसून येते. आज ग्रामीण बँकिंगमध्ये विविध वित्तीय संस्था, विशेषत: प्रादेशिक ग्रामीण बँका (आरआरबी), सहकारी संस्था, व्यावसायिक बँका, बचत-गट आणि भूविकास बँकांचा समावेश आहे. ते स्वस्त व्याजदरावर पुरेसे कर्जे देतात.

३.२.१ कृषी पतपुरवठ्यात नाबार्डची भूमिका :

राष्ट्रीय कृषी आणि ग्रामीण विकास बँक किंवा नाबार्ड ही एक शिखर विकास बँक आहे, जी ग्रामीण कामांच्या प्रगती व विकासासाठी पतपुरवठाविषयक तरतुदी करण्याच्या उद्देशाने स्थापन करण्यात आली आहे, त्यात मुख्यत: शेती, हस्तकला उद्योग, कुटीर उद्योग इत्यादींचा समावेश आहे. ग्रामीण समृद्धी आणि विकासासाठी प्रयत्न करणे आणि प्राप्त करणे हे नाबार्डचे व्यापक उद्दीष्ट आहे. १२ जुलै, १९८२ रोजी संसदेच्या अधिनियमाने, श्री.बी. शिवरामन यांच्या अध्यक्षतेखाली आरबीआयने स्थापन केलेल्या कृषी आणि ग्रामीण विकासासाठी संस्थात्मक पत (CRA-FICARD) साठीच्या व्यवस्थेचे पुनरावलोकन करण्याच्या समितीच्या शिफारशीवरून ही बँक स्थापन केली गेली. भारतीय रिझर्व्ह बँकचे क्रेडिट विभाग (एसीडी) आणि ग्रामीण नियोजन आणि पतसेल (आरपीसीसी) तसेच कृषी पुनर्वित्त व विकास महामंडळ (एआरडीसी) हे नाबार्ड मध्ये विलीन करण्यात आले. ग्रामीण भागामध्ये पतपुरवठा करणारी ही राष्ट्रीय पातळीवरील प्रमुख संस्था आहे.

अ) नाबार्डची कार्ये :

अंदाजे २००० कोटी रुपयांचे भांडवल असून नाबार्ड ग्रामीण विकास व समृद्धीसाठी सातत्याने प्रयत्न करीत आहे. देशातील मागास प्रदेशांच्या उन्नतीसाठी उद्दीष्ट असलेल्या उपक्रमांना तीने छुपे अर्थसहाय्य दिले आहे. नाबार्डची प्रमुख कार्ये खालील ठळक मुद्यांच्या आधारे स्पष्ट करता येतील :

१) पत कार्ये :

नाबार्ड खालीलप्रमाणे कर्ज पुरवठा अथवा अर्थपुरवठाचे कार्य करते :

i) ग्रामीण भागात कार्यरत असलेल्या संस्थांकरिता प्रभावी धोरणे व मार्गदर्शक सूचना तयार करणे.

ii) ग्रामीण विकास कामांसाठी कर्ज देण्यामध्ये गुंतलेल्या संस्थांना पत सुविधा वाढविणे.

iii) क्रेडिट संभाव्यता शोधण्यासाठी योग्य वार्षिक संभाव्य पत योजना तयार करणे.

२) पर्यवेक्षणासंबंधी कार्ये :

आरबीआय बरोबरच नाबार्ड सहकारी बँका आणि प्रादेशिक ग्रामीण बँका (आरआरबी) संबंधित काही महत्त्वपूर्ण पर्यवेक्षणासंबंधी कार्ये करीत आहे. काही कार्ये अशी :

i) बँकिंग नियमन कायदा, १९४९ च्या तरतुदींनुसार नाबार्ड आरआरबी आणि सहकारी बँकांची तपासणी करते.

ii) राज्य सहकारी कृषी व ग्रामीण विकास बँक (एससीएआरडीबी) ची तपासणी करते.

iii) राज्य सहकारी बँका आणि आरआरबीद्वारे नवीन शाखा सुरू करण्याच्या बाबतीत, नाबार्ड आरबीआयला महत्त्वपूर्ण सूचना आणि शिफारसी करते.

iv) सहकारी बँका आणि आरआरबीच्या कार्यावर बारकाईने लक्ष ठेवण्याचे कार्य नाबार्ड करते.

नाबार्डच्या तीन महत्त्वपूर्ण पर्यवेक्षी कार्यांचे वर्णन पुढील मुद्यांच्या आधारे करता येईल :

I) तपासणी :

बँकिंग नियमन कायदा १९४९ मध्ये नाबार्डला राज्य सहकारी बँका (एससीबी), जिल्हा मध्यवर्ती सहकारी बँका (डीसीसीबी) आणि प्रादेशिक ग्रामीण बँका (आरआरबी) यांची तपासणी करण्याचे अधिकार देण्यात आले आहेत. खालील प्रसंगी तपासणी करणे आवश्यक आहे :

१) बँका/संस्थांनी त्याद्वारे बनविलेले कायदे/नियमांचे पालन असल्याचे सुनिश्चित करण्यासाठी.

२) बँका/संस्थांच्या आर्थिक योग्यतेवर बारीक नजर ठेवण्यासाठी.

३) सुचवलेल्या मार्गांमधील विचलन शोधण्यासाठी, सुधारात्मक कृतीची शिफारस करण्यासाठी आणि दुरुस्त्या अंमलात आल्या आहेत याची खात्री करण्यासाठी.

४) जारी केलेला निधी योग्य कारणासाठी वापरला जाईल याची खात्री करण्यासाठी.

II) ऑफ–साइट पाळत ठेवणे :

उत्तम निकाल मिळविण्याच्या आपल्या पुढाकाराचा एक भाग म्हणून, बँकेने 'ऑफ–साइट पाळत ठेवणे' करण्याचा एक नवीन विचार मांडला आहे. हे निरंतर आधारभूत पूरक डेटा प्राप्त करणे आणि त्याचे विश्लेषण करण्याचे उद्दीष्ट आहे, जेणेकरून चिंतेची गंभीर क्षेत्रे ओळखता येतील आणि योग्य कारवाई सुचविली जाईल.

III) पर्यवेक्षण मंडळ :

नाबार्ड अधिनियम, १९८१ च्या कलम १३ (३) मध्ये राज्य सहकारी बँका, जिल्हा मध्यवर्ती सहकारी बँक आणि प्रादेशिक ग्रामीण बँकांसाठी पर्यवेक्षण मंडळ स्थापन करण्याची तरतूद आहे. संचालक मंडळाची अंतर्गत समिती म्हणून हे बोर्ड/मंडळ काम करते. पर्यवेक्षण मंडळाची काही कामे खालीलप्रमाणे आहेत :

अ) पर्यवेक्षण/तपासणीशी संबंधित धोरणे/मुद्यांबाबत बँक/संस्थांना मार्गदर्शन करणे.

ब) आरबीआयने जे काही निर्देश जारी केले आहेत त्याची जोरदार शिफारस करणे.

क) जेव्हा घोटाळे, गुणवत्ता नियंत्रण इत्यादी सारख्या गंभीर बाबींचा विचार केला जातो तेव्हा पर्यवेक्षण विभागाने (Department of Supervision) केलेल्या पाठपुरावा कारवाईचा आढावा घेणे.

ड) निरनिराळ्या अहवालांद्वारे व इतर माध्यमातून तपासणीची गुणवत्ता तपासून घेणे.

इ) पर्यवेक्षण विभागाला बळकटी देण्यासाठी कडक उपायांची शिफारस करणे.

ई) नाबार्डच्या निरीक्षक अधिकाऱ्यांना योग्य प्रकारचे प्रशिक्षण देणे.

३) विकासात्मक कार्ये :

कृषी व ग्रामीण विकासात सक्रियपणे भाग घेत असलेल्या संस्थांना नाबार्डने सहाय्य केले आहे.

i) प्रादेशिक ग्रामीण बँका (आरआरबी) आणि सहकारी बँकांना स्वत:साठी विकासात्मक योजना आखण्यासाठी मदत पुरविणे.

ii) सहकारी बँका आणि राज्य सरकार यांच्या समवेत सामंजस्य करार (एमओयू) वर स्वाक्षरी करणे आणि त्यांच्या (बँकांच्या) सुधारणांविषयीच्या जबाबदाऱ्यांचे स्पष्ट मुदतीत दिलेल्या कालावधीत करणे.

iii) आरआरबी आणि प्रायोजक बँकांना सामंजस्य करार सही करण्याच्या दिशेने सहाय्य करणे, आरआरबीच्या क्रिया सुधारित करण्याच्या त्यांच्या जबाबदाऱ्या स्पष्ट कालावधीत निर्दिष्ट करणे.

iv) तांत्रिक, देखरेखीसाठी आणि मूल्यांकन कार्यांसाठी खास विभाग स्थापन करण्यासाठी आरआरबी आणि सहकारी संस्थांना आर्थिक मदतीचा विस्तार करणे.

v) सहकारी बँका प्रशिक्षण संस्थांना आर्थिक मदत पुरविणे.

vi) आरआरबी, वाणिज्यिक आणि सहकारी बँकांच्या मध्यम व उच्चस्तरीय अधिकाऱ्यांना कसून प्रशिक्षण देणे.

vii) कर्जदारांना विकास स्वयंसेवक वाहिनी/शेतकरी क्लबमार्फत परतफेड करण्याच्या नीतीबद्दल जागरूक करणे.

viii) सहकारी बँकांना आर्थिकदृष्ट्या मदत करणे जेणेकरुन ते सुधारित दळणवळण तंत्रज्ञान, चांगल्या पायाभूत सुविधा, प्रभावी कामगार, नवीन तंत्रज्ञान इत्यादी माध्यमातून उत्तम कार्यक्षमता प्राप्त करू शकतील.

ix) बँकांच्या विकासात्मक कामांवर आणि सामंजस्य करारानुसार देण्यात आलेल्या इतर क्रियांवर बारीक नजर ठेवणे.

x) त्याच्या सहाखास संस्थांच्या माध्यमातून संघटनात्मक विकास हस्तक्षेप प्रदान करणे.

४) प्रचारात्मक कार्ये :

नाबार्डची महत्त्वपूर्ण जाहिरात कार्ये पुढीलप्रमाणे जाणून घेता येतील :

i) सूक्ष्मपत उपक्रम :

गरीबी निर्मूलनासाठी पत हा एक अत्यावश्यक घटक आहे. NAB च्या दशकाच्या सुरुवातीच्या काळात नाबार्डने अनेक अभ्यास केले. ज्यात असे दिसून आले आहे की दारिद्र्य निर्मूलनाचे बरेच कार्यक्रम असून ही ग्रामीण बँका, स्वयंरोजगाराच्या संधी इत्यादी असूनही गरीब लोक औपचारिक बँकिंग प्रणालीच्या परिघाबाहेर आहेत. विद्यमान बँकिंग प्रणाली, धोरणे, कार्यपद्धती इत्यादी त्यांच्या गरजेनुसार सानुकूलित केलेली नाहीत. त्यांना उत्तम प्रणाली, धोरणे, कार्यपद्धती, बचत, कर्ज उत्पादने इत्यादी ऑफर करण्यासाठी नाबार्डने बचत गट (एसएचजी) बँक वंशावळी कार्यक्रमाचा पथदर्शी कार्यक्रम सुरू केला. या कार्यक्रमांतर्गत, गरीब लोकांचे लहान गट तयार केले गेले आणि सदस्यांना नियमितपणे जे काही शक्य होईल ते करण्यास उद्युक्त केले गेले. सदस्यांना व्याजासहित कर्ज ऑफर करण्यासाठी हा संग्रह वापरला गेला. हा कार्यक्रम सूक्ष्म वित्तपुरठ्याच्या क्षेत्रातील अगदी आधीचा एक होता आणि सर्वात यशस्वी कार्यक्रमांपैकी एक होता.

ii) किसान क्रेडिट कार्ड :

नाबार्डने इतर बँकांच्या सहकार्याने सुरू केलेली ही योजना शेतकऱ्यांना पुरेशी आणि वेळेवर पतपुरवठा करण्याची तरतूद करण्यासाठी सुरू केली गेली आहे. जेणेकरून त्यांच्या लागवडीच्या गरजा (आदानांच्या खरेदीसह) पूर्ण

होतील. पासबुक सह एक क्रेडिट कार्ड (नाव, पत्ता, जमीनधारणाचे तपशील, कर्ज घेण्याची मर्यादा, कर्जदाराचा पासपोर्ट आकाराचा फोटो इ. समाविष्ट करुन) खाते चालविण्यासाठी, शेतकऱ्यांनी कार्ड तयार करणे आवश्यक आहे.

iii) संशोधन आणि विकास निधी :

ग्रामीण क्षेत्राच्या विकासात अडचणी निर्माण करणाऱ्या अनेक समस्या आहेत, विशेषत: शेतीक्षेत्र. नाबार्डने या क्षेत्राला भेडसावणाऱ्या अडचणींबद्दल व्यापक संशोधन करण्याची गरज ओळखली आणि नाबार्ड अधिनियम, ११ च्या तरतुदीनुसार संशोधन व विकास निधीची स्थापना केली. या निधीचा उपयोग शेती/ग्रामीण मुद्यांवरील धोरण तयार करण्यासाठी व अंमलबजावणी साठी केला जातो (प्रशिक्षणासह, प्रसार आणि माहितीचे हस्तांतरण, संशोधन प्रोत्साहन इ.)

iv) स्वरोजगार क्रेडिट कार्ड (एससीसी) योजना :

सप्टेंबर, २००३ मध्ये सुरू झालेल्या या योजनेचे उद्दीष्ट म्हणजे स्वयंरोजगारित लोक, लहान कारागीर, हात मागविणकर इत्यादींना बँकिंग प्रणालीकडून पुरेसा आणि वेळेवर पतपुरवठा करणे हे आहे.

v) शेतकरी क्लब कार्यक्रम :

उत्पादन क्षमता वाढवून आणि खर्च कमी करून कृषी क्षेत्रात उच्च वाढ साधता येते. हे उद्दीष्ट साध्य करण्यासाठी संसाधनांचा अधिकाधिक उपयोग करणे आवश्यक आहे, तंत्रज्ञानाचा वेगवान हस्तांतरण करणे आवश्यक आहे आणि यासाठी अनुकूल आर्थिक वातावरण तयार करावे लागेल. शेतकऱ्यांना नवीन कृषी तंत्र अवलंबण्यास, बँकांशी सुदृढ नातेसंबंध टिकवून ठेवण्यासाठी, सामूहिक सौदेबाजी सामर्थ्य इत्यादींचा उपयोग करण्यासाठी नाबार्डने १९८५ मध्ये शेतकरी क्लब कार्यक्रम सुरू केला.

ब) कृषी वित्तपुरवठ्याबाबत नाबार्डची भूमिका :

कृषी आणि ग्रामीण पतपुरवठ्यात नाबार्डची भूमिका अत्यंत महत्त्वाची आहे. 'नाबार्ड' ची स्थापना जुलै १९८२ मध्ये संसदेच्या अधिनियमाने केली होती. नाबार्डने काम सुरू केल्यापासून आतापर्यंत कृषी वित्त संबंधित आरबीआयची विविध कामे आता नाबार्डद्वारे केली जातात. आरबीआयचे संपूर्ण पुनर्वित्त काम आता नाबार्डकडे वर्ग करण्यात आले आहे. कृषी पुनर्वित्त व विकास महामंडळ 'नाबार्ड' मध्ये विलीन झाले आहे. राष्ट्रीय ग्रामीण पत दीर्घकालीन ऑपरेशन्स फंड आणि राष्ट्रीय ग्रामीण पत स्थिरीकरण फंड नाबार्डने सांभाळला आहे. त्याचा निम्मा हिस्सा भांडवलाचा आरबीआय आणि इतर निम्मा हिस्सा भारत सरकारकडून होता. नाबार्डकडे कृषी व ग्रामीण विकास कार्यक्रमांसाठी पुरेसे आर्थिक स्त्रोत आहे. कृषी वित्तमध्ये नाबार्डची भूमिका खालीलप्रमाणे आहे.

१) शेती, लघुउद्योग, कॉटेज, ग्रामोद्योग आणि इतर संबंधित आर्थिक कार्यांसाठी सर्व प्रकारच्या उत्पादन आणि गुंतवणूकीसाठी नाबार्ड सेवा पुनर्वित्त संस्था म्हणून काम करते.

२) राज्य सहकारी बँक, एससीबी, आरआरबी, एलडीबी आणि आरबीआयने मंजूर केलेल्या इतर वित्तीय संस्थांना नाबार्ड अल्पमुदतीची, मध्यम मुदतीची आणि दीर्घ मुदतीची पत पुरवते.

३) कायद्यातील तरतुदींमधील नाबार्ड ग्रामीण पतपुरवठा संबंधित ऑपरेशन समन्वय, देखरेख, संशोधन, प्रशिक्षण, सल्लामसलत इत्यादींचे नियोजन करण्यास जबाबदार असेल.

४) प्राथमिक सहकारी बँकांव्यतिरिक्त आरआरबी आणि सहकारी बँकांची तपासणी करण्याची जबाबदारी नाबार्डची आहे.

५) नाबार्ड नफ्यातून संशोधन व विकास निधी राखून ठेवते. या फंडाचा उपयोग शेती आणि कार्यक्रमांच्या वेगवेगळ्या क्षेत्रांमध्ये विविध क्षेत्रांच्या आवश्यकतांच्या अनुषंगाने संशोधन करण्यासाठी केला जातो.

३.२.२ कृषी आणि ग्रामीण पतपुरवठा यामध्ये व्यापारी बँकांची भूमिका :

कृषी व ग्रामीण वित्तपुरवठ्यामध्ये व्यापारी बँकांची महत्त्वपूर्ण भूमिका आहे. बहुसंख्य व्यापारी बँका या आर्थिक व तांत्रिकदृष्ट्या सक्षम असतात शिवाय या बँकांचे संपूर्ण देशभर चांगले जाळे पसरले आहे. त्या कारणाने कृषी वित्तपुरवठ्याचा एक मुख्य स्त्रोत म्हणून या बँका पुढे येत आहेत. ग्रामीण व कृषी वित्तपुरवठ्याच्या विकासात या बँकांनी चांगली भूमिका बजावली आहे.

१) अल्प भूधारक व भूमिहीनांना वित्तपुरवठा :

शेती व्यवसायात मोठ्या प्रमाणावर अनिश्चितता असल्याने व अल्पभूधारकांची संख्या मोठी असल्याने आणि अल्पभूधारकांची कर्जफेडीची कुवत कमी असल्याने व्यापारी बँका शेतकऱ्यांना कर्ज पुरवठा करण्याच्या बाबतीत रस घेत नसत. या बँका व्यापार व उद्योगक्षेत्राला कर्जपुरवठा करत असत; परंतु १९६९ मध्ये १४ मोठ्या व्यापारी बँकांचे राष्ट्रीयीकरण झाल्यानंतर त्यांच्या भूमिकेत बदल होऊन त्यांच्याकडून शेती क्षेत्राला व्यापारी बँकांकडून अल्पभूधारक व भूमिहीनांना सवलतीच्या दराने कर्जपुरवठा होणाऱ्या वित्तपुरवठ्यात मोठ्या प्रमाणावर वाढ घडून आली. १९५१-५२ मध्ये एकूण कृषी वित्तपुरवठ्यातील व्यापारी बँकांचा वाटा केवळ ०.९% होता. त्यात वाढ होऊन १९८१ मध्ये तो २९.४% एवढा मोठ्या प्रमाणात वाढला.

२) बँकांच्या शाखा :

जुलै १९६९ मध्ये सर्व व्यापारी बँकांच्या मिळून १,८६० शाखा ग्रामीण व अर्धनागरी भागात होत्या. त्यांची संख्या वाढून ती मार्च २००० मध्ये ३२,७१० एवढी झाली.

३) कर्जपुरवठ्यात वाढ :

१९६९ ते २००० या काळात व्यापारी बँकांचा शेतीला होणारा प्रत्यक्ष कर्जपुरवठा १६० कोटी रुपयांवरून ४६,१९० कोटी रुपये एवढा वाढला.

४) अल्प व मध्यमकालीन वित्तपुरवठा :

व्यापारी बँका शेतकऱ्यांना बी-बियाणे, खते, कीटकनाशके यांच्या खरेदीसाठी अल्पकालीन व मध्यमकालीन स्वरुपाचा कर्जपुरवठा करतात.

५) शेतकऱ्यांना मार्गदर्शन :

व्यापारी बँकांचे कार्य हे व्यावसायिक तत्त्वावर चालत असल्याने कर्ज वसुलीबाबत या बँका विशेष जागरुक असतात. शेतकऱ्यांनी आपल्याकडून घेतलेल्या कर्जाचा उत्पादक कार्यासाठीच योग्य प्रकारे वापर करावा व कर्जाची वेळेवर परतफेड करावी यासाठी या बँका शेतकऱ्यांना वेळोवेळी मार्गदर्शन करतात तसेच या बँकांचे कर्मचारी कर्जधारक शेतकऱ्यांकडे जाऊन घेतलेल्या कर्जाचा योग्य प्रकारे विनियोग होत आहे की नाही याबाबत पाहणी करतात व काही समस्या आढळल्यास शेतकऱ्यांना त्याबाबत वेळोवेळी मार्गदर्शन करतात.

६) शासनाच्या योजनांची अंमलबजावणी :

शासनामार्फत शेतकऱ्यांसाठी वित्तपुरवठा व वित्तसाहाय्याबाबत वेळोवेळी विविध योजना तयार केल्या जातात. उदा. अल्पभूधारक, भूमिहीनांना वित्तपुरवठा, शासकीय अनुदाने, शेती अवजारांची सवलतीच्या दराने खरेदी, बी - बियाणांची खरेदी अशा योजनांची व्यापारी बँकांच्या माध्यमातून प्रत्यक्ष व अप्रत्यक्षपणे अंमलबजावणी केली जाते. शासकीय योजनांची माहिती शेतकऱ्यांपर्यंत पोहोचविण्याचे आणि त्याबद्दल मार्गदर्शन करण्याचे व या योजनांच्या अंमलबजावणीसाठी पाठपुरावा करण्याचे कार्य देखील या बँका करतात.

३.२.३ कृषी आणि ग्रामीण पतपुरवठा यामध्ये सहकारी बँकांची भूमिका :

स्वातंत्र्य मिळाले तेव्हा व त्यानंतरही काही काळ कृषी वित्तपुरवठ्यातील बिगर संस्थात्मक स्रोतांचे स्थान अतिशय महत्त्वपूर्ण होते. मात्र या स्रोताच्या बाबतीत आढळून आलेले दोष दूर करण्याच्या दृष्टीने व शेती क्षेत्राला आवश्यक तो वित्तपुरवठा कमी व्याजदराने उपलब्ध करून देण्याच्या दृष्टीने सहकारी क्षेत्राच्या विकासावर भर देण्यात आला. कृषी वित्तपुरवठ्याच्या सहकारी स्त्रोतात अल्प व मध्यम कालीन पतपुरवठा संस्था, दीर्घकालीन पतपुरवठा संस्था आणि नाबार्ड यांचा समावेश होतो. शेतीचा विकास घडवून आणण्यासाठी स्वातंत्र्योत्तर काळात जाणीवपूर्वक प्रयत्न केले गेले. सहकारी पतपुरवठा संस्था व त्यांच्याकडून शेतीसाठी करण्यात येणाऱ्या कर्जपुरवठ्याची माहिती पुढीलप्रमाणे देता येईल :

अ) अल्प व मध्यमकालीन पतपुरवठा संस्था :

अल्प व मध्यमकालीन पतपुरवठा संस्थांची माहिती पुढीलप्रमाणे जाणून घेता येईल :

१) प्राथमिक सहकारी पतसंस्था :

प्राथमिक सहकारी पतसंस्था शेतीसाठी अल्पकालीन व मध्यमकालीन स्वरूपाचा वित्तपुरवठा करतात. शेतकऱ्यांना बचत करण्यास प्रवृत्त करणे व परस्पर सहकार्याची भावना वाढीस लावून सहकारी तत्त्वावर कर्जाच्या गरजा भागविणे ही या पतसंस्थांची प्रमुख उद्दिष्टे आहेत. १९९९-२००० मध्ये भारतात अशा ९२,४५० प्राथमिक सहकारी पतसंस्था कार्यरत होत्या. १९५०-५१ मध्ये सहकारी पतसंस्थांचा एकूण शेती वित्तपुरवठ्यातील वाटा ३.१% होता. तो आता ३०% पेक्षाही जास्त झालेला आहे. कार्यक्षम प्राथमिक सहकारी पतसंस्थांच्या कक्षेत ८०% पेक्षा जास्त खेडी व ३५% पेक्षा जास्त ग्रामीण लोकसंख्या आलेली आहे.

प्राथमिक सहकारी पतसंस्थांनी १९५०-५१ मध्ये २३ कोटी रूपयाची कर्जे दिली होती तर १९६०-६१ मध्ये कर्जाची रक्कम २०० कोटी रूपयांपर्यंत वाढली. १९९९-२००० मध्ये या पतसंस्थांनी दिलेल्या कर्जाची रक्कम १३,६०० कोटी रुपयांपर्यंत वाढली. मात्र अशा प्राथमिक सहकारी पतसंस्थांकडून शेतकऱ्यांची वित्तपुरवठ्याची गरज पूर्णपणे भागविता येणे शक्य न झाल्याने सावकाराला ग्रामीण भागात अजूनही महत्त्व आहे.

२) जिल्हा मध्यवर्ती सहकारी बँका :

जिल्हा मध्यवर्ती सहकारी बँका आपल्या जिल्ह्यातील सर्व सहकारी संस्थांना पतपुरवठा करतात. हा पतपुरवठा शेतकी व बिगर शेतकी पतपुरवठा असतो. मुदतीनुसार या बँका अल्प, मध्यम व दीर्घ मुदतीचा शेतकी पतपुरवठा करतात. अलीकडच्या काळात या जिल्हा बँका प्रगतशील शेतकऱ्यांना शेतीसाठी उपयुक्त असणारे ट्रॅक्टर, पॉवर टिलर थ्रेशर इत्यादी यांत्रिक अवजारे खरेदी करण्यासाठी ५ ते १२ वर्षे मुदतीची कर्जे मंजूर करतात. बिगर शेती कर्जे या सदरात या बँका व्यापारी बँकांप्रमाणेच माल तारणावर, नजर गहाण कर्जे, कॅश क्रेडिट, ओव्हर ड्राफ्ट, स्थावर मालमत्ता, ताबे गहाण कर्जे जिल्ह्यातील खरेदी-विक्री संस्था, ग्राहक संस्था, नागरी व पगारदार सेवक सहकारी संस्था यांना पुरवीत असतात. सोने, चांदीच्या तारणावर या बँका अल्पमुदतीची कर्जे देतात. तसेच जिल्ह्यातील एकात्मिक ग्रामीण विकास कार्यक्रमांतर्गत दुग्ध व्यवसाय, आदिवासी संस्था, मजूर, कंत्राटदार, बलुतेदार विविध कार्यकारी संस्था, जंगल कामगार संस्था, आदिवासी विविध कार्यकारी संस्था, सहकारी साखर कारखाने व इतर प्रक्रिया संस्था इत्यादींनाही विविध विकास कर्जे मंजूर करतात. जिल्ह्यातील सर्व सहकारी संस्थांना जिल्हा मध्यवर्ती सहकारी बँकेचे सभासद व्हावे लागते. तसेच कायद्यानुसार आपल्या ठेवी या बँकेकडे ठेवणे सक्तीचे असल्याने या बँका जिल्ह्यातील सहकारी चळवळीच्या निधीचे समतोल केंद्र, तसेच जिल्ह्यातील सहकारी चळवळीच्या समतोल विकासाचे केंद्र म्हणून कार्य करीत असल्याचे दिसून येते.

३) राज्य सहकारी बँका :

राज्य पातळीवर राज्य सहकारी बँक ही सहकारी पतव्यवस्थेतील सर्वोच्च संस्था असते. जिल्हा पातळीवर जेव्हा जिल्हा मध्यवर्ती बँकांची स्थापना झाली तेव्हा त्यांच्या कार्यात समन्वय साधण्याची व त्यांना मदत करण्याची व्यवस्था करणे ओघानेच आले. राज्य बँक नाबार्ड व जिल्हा बँका यामधील दुवा म्हणून काम करते. तिचा नाणेबाजाराशीही संबंध असतो. जिल्हा बँकाच्या शिलकी सांभाळणे, त्यांना पैसे पाठवण्याच्या व निरसन सोयी उपलब्ध करून देणे ही कामे ती करतेच. याशिवाय राज्यातील सहकारी चळवळीचे ती नेतृत्व करते व राज्यातील सहकारी संस्थांच्या निकोप वाढीची जबाबदारी तिच्यावर असते. तिच्या शाखांमार्फत ती बँकेची नेहमीची कामे पार पाडते. मात्र, जिल्हा बँकांवर नियंत्रणाचे वेगळे अधिकार तिला नाहीत. त्यांना कर्जे देताना ती ज्या अटी घालेल त्यानुसार नियंत्रण ठेवले जाते.

तिचे भागभांडवल राज्य सरकार, जिल्हा बँक, भूविकास बँक, नागरी सहकारी बँका यांनी जमा केलेले असते. काही व्यक्तीही भागधारक असू शकतात. ज्यांना सहकारी चळवळीचा अनुभव आहे व आस्था आहे त्यांना सभासद म्हणून घेतले जाते. त्यांना संचालक मंडळावरही घेतले जाते. सध्या देशात २५ राज्य बँका आहेत. राज्य बँकांची कामगिरी जिल्हा बँकांच्या व पतपेढ्यांच्या कामगिरीवर अवलंबून असते. सर्व राज्यात सहकारी चळवळीची समान वाढ झालेली नाही म्हणून आपण महाराष्ट्रातील राज्य बँकांचा विचार करूया. मार्च ९८ अखेरच्या वर्षात या बँकेने ७,०४० कोटी रु. एवढ्या ठेवी गोळा केल्या. तिथे खेळते भांडवल ८,७५३ कोटी रु. होते व ९,४२१ कोटी रु. ची कर्जे तिने मंजूर केली. थकबाकीचे प्रमाण ११.७% एवढे होते.

४) प्रादेशिक ग्रामीण बँका :

अल्पभूधारक व सीमान्त शेतकरी, शेतमजूर, गावकारागीर यांना प्रत्यक्ष कर्ज उपलब्ध करून देण्यासाठी १९७५ पासून प्रादेशिक ग्रामीण बँका स्थापन करण्यास सुरुवात झाली. या बँकांकडून उत्पादक कारणासाठी कर्ज दिले जाते. सध्या देशात १९६ प्रादेशिक बँका ह्या २३ राज्यात कार्यरत असून त्यांच्या १४,५०० शाखा आहेत. १९९९-२००० या काळात या बँकांनी ३०,०५० कोटी रुपयांच्या ठेवी जमा केल्या आहेत तर १२,६०० कोटी रुपयांची कर्जे दिली आहेत. ही कर्जे अल्पमुदतीची पीक कर्जे, शेती कार्यासाठी मुदतीची कर्जे, ग्रामीण कारागीर, ग्रामोद्योग व कुटीरोद्योग, किरकोळ व्यापार, स्वयंरोजगार वगैरे कारणांसाठी दिलेली आहेत. प्रादेशिक ग्रामीण बँका ग्रामीण अर्थव्यवस्थेत महत्त्वपूर्ण भूमिका पार पाडत आहेत.

ब) सहकारी शेती आणि ग्रामीण विकास बँक (भूविकास बँक) :

शेतकऱ्यांना दीर्घ मुदतीची कर्जे उपलब्ध करून देण्याचे कार्य सहकारी शेती आणि ग्रामीण विकास बँक करते. पूर्वी या बँकेला भू-तारण बँक आणि भूविकास बँक असे म्हटले जात होते. नवीन जमीन विकत घेणे, विहीर खोदणे, लिफ्ट इरिगेशन, ट्रॅक्टर खरेदी, जुन्या कर्जाची परतफेड यांसारख्या कारणांसाठी आवश्यक असलेला दीर्घकालीन वित्तपुरवठा उपलब्ध करून देण्याचे कार्य ही बँक करते.

१९५०-५१ ते १९९९-२००० या काळात प्राथमिक सहकारी शेती आणि ग्रामीण विकास बँका आणि त्यांच्या शाखा यांची संख्या २८६ वरून ७४५ एवढी वाढली, तर याच काळात राज्य सहकारी शेती आणि ग्रामीण विकास बँकांची संख्या ५ वरून १९ पर्यंत वाढली. १९९९-२००० या काळात प्राथमिक सहकारी शेती आणि ग्रामीण विकास बँकेने १६५० कोटी रूपयांचे कर्ज दिले तर राज्य सहकारी शेती आणि ग्रामीण विकास बँकेने २५२० कोटी रूपयांचे कर्ज दिले. शेती विकासाच्या बाबतीत सहकारी शेती आणि ग्रामीण विकास बँकेने महत्त्वपूर्ण सहभाग घेतला आहे. लघुसिंचनासाठी मोठ्या प्रमाणावर कर्ज या बँकेने उपलब्ध करून दिले आहे.

क) राष्ट्रीय कृषी व ग्रामीण विकास बँक :

ग्रामीण भागाचा विकास करणे आणि कृषी वित्तपुरवठ्यातील विविध बँकामध्ये समन्वय साधणे या हेतूने नाबार्डची स्थापना १२ जुलै १९८२ रोजी करण्यात आली. शेती वित्तपुरवठा क्षेत्रातील शिखर संस्था म्हणून ही बँक काम करते. नाबार्डची कार्ये पुढीलप्रमाणे :

१) कृषीवित्त क्षेत्रातील सर्वोच्च संस्था म्हणून नाबार्ड कार्य करते.

२) शेती ग्रामोद्योग, कुटीरोद्योग, हस्तकला आणि अन्य ग्रामीण उत्पादक क्षेत्रांना कर्ज देणाऱ्या संस्थांची पुनर्वित्त संस्था म्हणून नाबार्ड कार्य करते.

३) सहकारी सोसायट्यांच्या भाग भांडवलात सहभागी होण्यासाठी राज्यसरकारांना वीस वर्षांपर्यंत मुदतीची कर्जे नाबार्ड देते.

४) केंद्र सरकार, राज्य सरकारे, योजना आयोग, शेती किंवा ग्रामीण विकास क्षेत्रात कार्य करणाऱ्या राज्यस्तरीय संस्था यांच्या प्रयत्नात सुसूत्रता आणण्याची जबाबदारी नाबार्डवर आहे.

५) सहकारी बँका, प्रादेशिक ग्रामीण बँका, भूविकास बँका आणि रिझर्व्ह बँकेची मान्यता असलेल्या इतर संस्था यांना अल्पकालीन, मध्यमकालीन व दीर्घकालीन कर्जपुरवठा नाबार्ड करते.

६) ग्रामीण व सहकारी बँकांची तपासणी करणे तसेच शेती व ग्रामीण विकासाशी संबंधित अशा संशोधनाला मदत करणे ही कार्येही नाबार्ड करते.

नाबार्ड जलसिंचन, जमीन सुधारणा, शेतीचे यांत्रिकीकरण, ग्रामीण व्यवसाय, वगैरेंच्या विकासासाठी वित्तपुरवठा करते. या बँकेने १९९३-९४ मध्ये २,७३० कोटी रूपयांचा व १९९५-९६ मध्ये ३,०६० कोटी रुपयांचा कर्ज पुरवठा केला होता.

सहकारी स्रोतांकडून शेतीला होणाऱ्या कर्जपुरवठ्यात वाढ झाल्यामुळे बिगर संस्थात्मक स्त्रोतांवर शेतकऱ्यांचे असणारे अवलंबित्व कमी झाले आहे. शेतकऱ्यांना कमी व्याजदराने व मोठ्या प्रमाणावर कर्जपुरवठा उपलब्ध करून देऊन त्यांची सावकाराच्या पिळवणूकीतून सुटका करणे संस्थात्मक स्रोतांच्या विकासामुळे बऱ्याच प्रमाणात शक्य झाले आहे. मात्र संस्थात्मक स्रोतांच्या बाबतीतही काही उणीवा आहेत. गरीब, अल्पभूधारक शेतकरी, भूमीहीन, आर्थिकदृष्ट्या दुर्बल घटक यांना वित्तपुरवठ्यातील वाढीचा फारसा फायदा मिळालेला नाही. या दृष्टीने प्रयत्न होण्याची आवश्यकता आहे.

ड) सहकारी पतपुरवठा व्यवस्थेचे फायदे :

सहकारी पतपुरवठा व्यवस्थचे फायदे पुढीलप्रमाणे जाणून घेता येतील :

१) संघटनात्मक व्यवस्था :

भारतातील सहकारी पतपुरवठ्याची यंत्रणा संघटनात्मक स्वरूपाची आहे. विविध पातळीवर स्थापन करण्यात आलेल्या संस्थांचे स्वरूप जरी स्वतंत्र असले तरी त्यांचे कामकाज संलग्न आणि समाजहिताच्या दृष्टिकोनातून सारखेच असते. शेतकऱ्यांना पतपुरवठा करण्यासाठी राज्य पातळीपासून एक उत्कृष्ट सहकारी कर्जपुरवठ्याची साखळी निर्माण झालेली आहे. ग्रामीण, जिल्हा, राज्य व राष्ट्रीय पातळीवर अनेक प्रकारच्या पतपुरवठा संस्था कार्यरत आहेत.

२) शेतीक्षेत्रास कर्जपुरवठा :

शेतकऱ्यांना शेती व्यवसायासाठी कर्जाची आवश्यकता असते. भारतातील सहकारी चळवळीची सुरुवातच पतपुरवठ्याच्या अंगाने झाली. शेतकऱ्यांची सावकारांच्या पाशातून मुक्तता करण्याच्या उद्देशाने पतपुरवठा करणाऱ्या

संस्था सहकारी तत्त्वावर स्थापन करण्यात आल्या. सहकारी बँका शेतकऱ्यांना ही कर्जे अल्प व मध्यम मुदतीने देतात. त्याचप्रमाणे विहिरी बांधणे, त्यांची दुरुस्ती करणे, ऑईल इंजिन, पंपसेट, ट्रॅक्टर विकत घेणे इत्यादी कारणासाठी भूविकास बँका शेतकऱ्यांना दीर्घ मुदतीची कर्जे देतात.

ई) सहकारी पतपुरवठ्याच्या उणिवा :

सहकारी पतपुरवठ्याच्या उणिवा पुढीलप्रमाणे सांगता येतील :

१) कर्ज मिळवण्याची गुंतागुंतीची पद्धत :

या संस्थांकडून शेतकऱ्यांना कर्ज मिळविण्याच्या बाबतीत किचकट व गुंतागुंतीच्या पद्धतीला सामोरे जावे लागते. कर्ज मिळण्यासाठी अनेक औपचारिकता पूर्ण करणे गरजेचे असते. शेतकरी अशिक्षित असल्याने त्यांना आवश्यक ती माहिती पुरविणे अवघड होते. त्यामुळे शेतकरी सावकारांकडून कर्ज घेणे पसंत करतात, तसेच कर्जमंजुरीच्या बाबतीत विलंब लागतो.

२) वेळ व श्रमाचा अपव्यय :

बहुतेक मोठ्या सहकारी बँका शहरात आहेत. शेतकऱ्यांना कर्ज मिळविण्यासाठी अनेकदा या बँकांना भेट द्यावी लागते. त्यात वेळ व श्रमाचा अपव्यय होतो.

३) समन्वयाचा अभाव :

सहकारी बँकांमध्ये पतनियोजनाच्या संदर्भात समन्वयाचा अभाव असल्याचे आढळते. त्यामुळे काही भागाला जास्त कर्जपुरवठा व काही भागाला कमी कर्जपुरवठा अशी स्थिती आढळते. समन्वयाच्या अभावामुळे शेतीक्षेत्राच्या कर्जविषयक गरजा योग्य प्रकारे भागवल्या न जाऊन शेती क्षेत्राच्या प्रगतीस अडथळा येतो.

४) अकार्यक्षम प्रशासन :

अनेक सहकारी बँकांचे व्यवस्थापन अकार्यक्षम किंवा क्षमता नसलेल्या लोकांकडे आहे. त्यामुळे या संस्थांच्या कार्यात उणिवा आढळतात. या लोकांकडून शेतकऱ्यांच्या प्रगतीसाठी मदत होत नाही. ते स्वतःच्या स्वार्थासाठी कार्य करतात.

५) वाढती थकबाकी :

सहकारी बँकांकडून शेतकऱ्यांना दिल्या जाणाऱ्या कर्जाच्या बाबतीत महत्त्वाची समस्या अशी की, शेतकऱ्यांकडून होणाऱ्या कर्जफेडीचे प्रमाण कमी असल्याने या बँकांचे थकबाकीचे प्रमाण वाढत आहे. बऱ्याचदा शेतकऱ्यांना कर्जात सूट दिली जाते. त्याचा परिणाम शेतकऱ्यांची कर्जफेडीची मानसिकता बदलण्यात झालेला आहे, तसेच अनुत्पादक कारणासाठी कर्जाचा वापर केला गेल्याने शेतकऱ्यांना कर्ज फेडणे शक्य होत नाही. वाढत्या थकबाकीमुळे सहकारी बँकांना कर्जपुरवठा करण्याच्या बाबतीत अडचणी येतात.

३.३ भारतातील ग्रामीण आणि कृषी पतपुरवठ्याची आव्हाने :

अर्थव्यवस्थेच्या सर्व क्षेत्रांसाठी विकास हा एक महत्त्वाचा घटक आहे. शेतीचे असंघटित स्वरूप आणि विशेषत: लहान व अल्पभूधारक शेतकरी स्वतःच्या आर्थिक स्त्रोतांमधून गुंतवणूक करण्यास असमर्थ असल्यामुळे या क्षेत्राकडे लक्ष देणे गरजेचे आहे. वित्त हा सर्व आर्थिक उपक्रमांचा प्राणवायू म्हणून ओळखला गेला आहे; इतर सर्व प्रकारचे उत्पादन करणाऱ्या शेतकऱ्यांनाही कर्जाची गरज असते. शेतीसाठी वित्तपुरवठ्याच्या गरजेवर क्वचितच भर दिला जातो अशा आर्थिक अडचणींमुळे शेतकऱ्यांची उत्पादकता कमी आहे.

३.३.१ भारतातील ग्रामीण पतपुरवठ्यासमोरील आव्हाने :

भारतातील ग्रामीण पत पुरवठयातील आव्हाने पुढीलप्रमाणे :

१) अपुरेपणा :

ग्रामीण संरचनेचा विस्तार असूनही, देशातील ग्रामीण कर्जाचे प्रमाण अजूनही कृषी उत्पादनाच्या किंमतीत वाढ झाल्यामुळे उद्भवणाऱ्या वाढत्या गरजेच्या तुलनेत अपुरे आहे.

२) मंजुरीची अपुरी रक्कम :

शेतकऱ्यांना यंत्रणांनी मंजूर केलेल्या कर्जाची रक्कम देखील त्यांच्या कृषी कार्याच्या विविध पैलूंची पूर्तता करण्यासाठी खूपच अपुरी आहे. मंजूर कर्जाची रक्कम अपुरी आणि क्षुल्लक मानून शेतकरी अनेकदा असे कर्ज अनुत्पादक हेतूंसाठी खर्च करतात आणि अशा कर्जाचा उद्देश कमी करतात.

३) गरीब शेतकऱ्यांकडे कमी लक्ष :

ग्रामीण पतसंस्था आणि त्यांच्या योजना लहान आणि सीमांत शेतकऱ्यांच्या गरजा पूर्ण करण्यात अपयशी ठरल्या आहेत. अशाप्रकारे गरजू शेतकऱ्यांच्या पत आवश्यकतांवर कमी लक्ष दिले गेले आहे. तर तुलनात्मकदृष्ट्या चांगले शेतकरी त्यांच्या चांगल्या पत पात्रतेसाठी पतसंस्थांकडून अधिक लक्ष देत आहेत.

४) वाढती थकबाकी :

कृषी पतपुरवठ्यातील थकबाकीची समस्या हा चिंतेचा विषय आहे. विविध संस्थांची कृषी प्रगतीची वसुलीही समाधानकारक नाही. १९९७-९८ मध्ये व्यावसायिक बँका, सहकारी बँका आणि प्रादेशिक ग्रामीण बँकांच्या कृषी अनामत रकमेची वसुली अनुक्रमे ६३%, ६६% आणि ५७% होती. अशा वाढत्या थकबाकीचा परिणाम शेतकऱ्यांच्या परतफेड क्षमतेमुळेही झाला आहे. त्याचा परिणाम म्हणून, पतसंस्था शेतकऱ्यांना कर्ज देण्याबाबत दक्ष होत आहेत.

५) अपुरा संस्थात्मक पुरवठा :

भारत देशात संस्थात्मक पतपुरवठा त्याच्या वाढत्या गरजांच्या तुलनेत अपुरा आहे. प्राथमिक कृषी पतसंस्था, जमीन विकास बँका, व्यावसायिक बँका आणि प्रादेशिक ग्रामीण बँका यासारख्या सहकारी पतसंस्थांचा विकास देशातील संपूर्ण ग्रामीण शेतकऱ्यांना संरक्षण देण्यात अपयशी ठरला आहे.

६) दप्तर दिरंगाई :

संस्थात्मक कृषी-क्रेडिट दप्तर दिरंगाईच्या अधीन आहे. पतसंस्था अजूनही शेतकऱ्यांना कर्जासाठी पुढे जाण्यासाठी अवजड नियम आणि औपचारिकता स्वीकारत आहेत. ज्यामुळे शेवटी शेतकऱ्यांना कर्जाच्या महागड्या संस्थात्मक स्त्रोतांवर अधिक अवलंबून राहणे भाग पडते.

३.३.२ भारतातील कृषी पतपुरवठ्या समोरील आव्हाने :

नियोजन काळात शेती क्षेत्रास मोठ्या प्रमाणावर पतपुरवठा उपलब्ध व्हावा, या दृष्टीने मोठ्या प्रमाणावर प्रयत्न करण्यात आले. त्यामुळे या क्षेत्रास होणाऱ्या पतपुरवठ्यात वाढ झाली. पूर्वी बिगर संस्थात्मक स्त्रोतांकडून होणाऱ्या पतपुरवठ्याचे प्रमाण जास्त होते. मात्र, संस्थात्मक स्त्रोतांकडून होणाऱ्या पतपुरवठ्यात वाढ झाल्यामुळे संस्थात्मक स्त्रोतांकडून केल्या जाणाऱ्या पतपुरवठ्यांचे एकूण पतपुरवठ्यातील प्रमाण वाढले आहे. त्यामुळे पतपुरवठ्यात सुधारणा झाली आहे. मात्र, असे असले तरी शेती पतपुरवठ्याच्या बाबतीत अजूनही काही समस्या आहेत. त्या पुढीलप्रमाणे स्पष्ट करता येतील.

१) कर्ज मिळवण्याची गुंतागुंतीची पद्धत :

शेतकऱ्यांना कर्ज मिळविण्याच्या बाबतीत किचकट व गुंतागुंतीच्या पद्धतीला सामोरे जावे लागते. कर्ज मि ळण्यासाठी अनेक औपचारिकता पूर्ण करणे गरजेचे असते. शेतकरी अशिक्षित असल्याने त्यांना आवश्यक ती माहिती पुरविणे अवघड होते. त्यामुळे शेतकरी सावकारांकडून कर्ज घेणे पसंत करतात, तसेच कर्जमंजुरीच्या बाबतीत विलंब लागतो.

२) वेळ व श्रमाचा अपव्यय :

बहुतेक व्यापारी बँका व सहकारी बँका शहरात आहेत. शेतकऱ्यांना कर्ज मिळविण्यासाठी अनेकदा या बँकांना भेट द्यावी लागते. त्यात वेळ व श्रमाचा अपव्यय होतो.

३) समन्वयाचा अभाव :

सहकारी बँका व व्यापारी बँका यांच्यात पतनियोजनाच्या संदर्भात समन्वयाचा अभाव असल्याचे आढळते. त्यामुळे काही भागाला जास्त कर्जपुरवठा व काही भागाला कमी कर्जपुरवठा अशी स्थिती आढळते. सम न्वयाच्या अभावामुळे शेतीक्षेत्राच्या कर्जविषयक गरजा योग्य प्रकारे भागवल्या न जाऊन शेती क्षेत्राच्या प्रगतीस अडथळा येतो.

४) कर्जाचा दुरुपयोग :

शेतकऱ्यांना आवश्यकतेपेक्षा कमी पतपुरवठा उपलब्ध होतो. मात्र, शेतकऱ्यांकडून ज्या कारणासाठी ते कर्ज घेतले आहे. त्यासाठी कर्जाचा वापर केला जात नाही. बऱ्याचदा पिकासाठी किंवा इतर कारणासाठी घेतलेले कर्ज अनुत्पादक कारणासाठी (उदा. मुलीचा विवाह, धार्मिक समारंभ) यांच्यासाठी वापरले जाते. त्यामुळे अशा कर्जाची शेती विकासास मदत होत नाही व शेतकऱ्यांना कर्जफेड करणेही अडचणीचे ठरते.

५) अकार्यक्षम प्रशासन :

व्यापारी व सहकारी बँकांचे व्यवस्थापन अकार्यक्षम किंवा क्षमता नसलेल्या लोकांकडे आहे. त्यामुळे या संस्थांच्या कार्यात उणिवा आढळतात. या लोकांकडून शेतकऱ्यांच्या प्रगतीसाठी मदत होत नाही. ते स्वतःच्या स्वार्थासाठी कार्य करतात.

६) प्रादेशिक असमतोल :

शेती पतपुरवठ्याच्या बाबतीत मोठ्या प्रमाणावर प्रादेशिक असमतोल असलेला आढळतो. गुजरात, आंध्र प्रदेश, पंजाब, तामिळनाडू या राज्यांचा एकूण पतपुरवठ्यातील वाटा ५२ टक्के एवढा मोठा आहे. त्यामुळे या राज्यातील शेतीच्या उत्पादकतेत वाढ झालेली आहे. मात्र, इतर राज्यात पतपुरवठ्याचे प्रमाण कमी असल्याने नवीन तंत्रज्ञानाचा वापर करण्यात अडचणी येऊन शेतीच्या उत्पादकतेवर विपरीत परिणाम झालेला आहे.

७) वाढती थकबाकी :

शेतकऱ्यांना दिल्या जाणाऱ्या कर्जाच्या बाबतीत महत्त्वाची समस्या अशी की, शेतकऱ्यांकडून होणाऱ्या कर्जफ ेडीचे प्रमाण कमी असल्याने थकबाकीचे प्रमाण वाढत आहे. बऱ्याचदा शेतकऱ्यांना कर्जात सूट दिली जाते. त्याचा परिणाम शेतकऱ्यांची कर्जफेडीची मानसिकता बदलण्यात झालेला आहे, तसेच अनुत्पादक कारणासाठी कर्जाचा वापर केला गेल्याने शेतकऱ्यांना कर्ज फेडणे शक्य होत नाही. वाढत्या थकबाकीमुळे बँकांना कर्जपुरवठा करण्याच्या बाबतीत अडचणी येतात.

८) उपभोग कर्जाची तरतूद नाही :

शेतीच्या हंगामी स्वरूपामुळे शेतकऱ्याला उत्पादन कार्याबरोबरच कुटुंबाच्या उपभोगासाठीही कर्जाची आवश्यकता भासते. व्यापारी बँका टिकाऊ उपभोग्य वस्तूंसाठी शहरी भागात कर्जपुरवठा करतात. शेतकऱ्यांना असे कर्ज बँकांकडून उपलब्ध होत नसल्याने सावकारावर अवलंबून राहावे लागते.

९) विकासातील अल्प सहभाग :

शेतीची उत्पादकता मर्यादित असल्याने, विकासातील या क्षेत्राचा सहभाग कमी आहे. अत्याधुनिक तंत्रज्ञानाचा अवलंब शेतीत कमी प्रमाणात आहे. व्यापारी बँका, उद्योग व व्यापार यांसाठी कर्जपुरवठा करण्यास प्राधान्य देतात. मोठ्या शेतकऱ्यांना कर्जाचा लाभ मिळतो. मात्र, लहान शेतकऱ्यांच्या कर्जाच्या गरजा भागविण्याचा फारसा विचार केला जात नाही.

१०) बचतीचा अभाव :

ग्रामीण भागात शेतीसाठी पतपुरवठ्याची मोठ्या प्रमाणावर आवश्यकता आहे. मात्र, शेतकऱ्यांचे उत्पन्न कमी असल्याने ग्रामीण भागात बचतीचे प्रमाण कमी आहे. त्यामुळे ग्रामीण भागातील उपलब्ध बचतीतून त्या भागाच्या कर्जविषयक गरजा भागविणे शक्य होत नाही. या भागातील कर्जाच्या गरजा भागविण्यासाठी इतर भागातील बचती या भागाकडे वळविण्याची गरज आहे.

११) खासगी संस्थांचे वर्चस्व :

नियोजन काळात सहकारी व सार्वजनिक संस्थांकडून होणाऱ्या पतपुरवठ्यात वाढ झाली असली तरी अजूनही खासगी संस्थांकडून होणाऱ्या पतपुरवठ्याचे प्रमाण मोठे आहे. खासगी स्रोतांकडून होणाऱ्या पतपुरवठ्याच्या बाबतीत अनेक दोष असल्याने असा पतपुरवठा कमी होईल हे पाहणे आवश्यक आहे. त्यासाठी बिगर संस्थात्म क स्रोतांकडून होणाऱ्या पतपुरवठ्यात आणखी वाढ होणे आवश्यक आहे.

शेती पतपुरवठ्याच्या बाबतीतील या समस्या सोडविण्याच्या बाबतीत प्रयत्न करणे गरजेचे आहे. या समस्यांची सोडवणूक झाल्यास शेती क्षेत्राला आवश्यक असलेला पतपुरवठा पुरेशा प्रमाणात व वेळेत उपलब्ध होऊन या क्षेत्राच्या विकासास मदत होईल.

३.४ भारतातील कृषी विपणनाची वैशिष्ट्ये :

शेती हा व्यवसाय वेगवेगळ्या आपत्तींशी संबंधित असलेला व्यवसाय आहे. शेतीमध्ये पडलेला पाऊस सरासरी प्रमाणापेक्षा जास्त राहिल्यास अतिवृष्टी समजला जातो. सरासरीपेक्षा कमी पडला तर दुष्काळाचे चित्र निर्माण होते. वादळ गारपीट, पिकावरील रोग, पिकांची नासाडी, पिकांच्या होणाऱ्या चोऱ्या इ. अनिश्चित घटकामुळे शेतकऱ्यांना शेतीपासून प्राप्त होणारे उत्पन्न अनिश्चित राहते. शेतीमध्ये वेगवेगळ्या प्रकारचे धोके आढळून येतात. एखाद्या महत्त्वाच्या आणि दूरगामी परिणाम करणाऱ्या घटना आणि अनुभवातून काही प्रमाणात धोका कमी करता येतो आणि अंदाज अचूक ठरण्याची शक्यता राहते. शेतीमधून उत्पादित होणाऱ्या पिकांच्या संदर्भात धोके आणि अनिश्चितता अधिक राहते. शेतीक्षेत्राची संबंधित उत्पादनाच्या किंमतीमध्ये सातत्याने चढउतार होत असतो. सरकारच्या शेतीविषयक धोरणांचा शेतमालाच्या किमतीवर परिणाम होत असल्याचे दिसून येते. परिणामतः शेतकऱ्याचे उत्पादित केलेल्या उत्पादनास योग्य किंमत प्राप्त होणे आवश्यक असते. शेतजमिनीचे आकारमान जास्त असेल, उत्पादकतेमध्ये भिन्नता आढळून येत असेल, उत्पादनासाठीचे हवामान अनुकूल राहिल्यास आणि शेतकऱ्याने पिकाच्या अदलाबदलीबद्दलचा घेतलेला निर्णय अचूक राहिल्यास शेतीमधून प्राप्त होणारे उत्पादन जास्त राहते. शेतीउत्पादनात झालेल्या वाढीमुळे त्याचा संबंध शेतमालाच्या विक्रीव्यवस्थेशी येतो.

कृषी विपणनाच्या माध्यमातून शेतीतून शेतमालाचे उत्पादन ग्राहकाकडे नेण्यात येणाऱ्या सेवांचा समावेश होतो. यामध्ये अनेक क्रियांचा समावेश होतो. जसे की उत्पादन नियोजन, वाढवणे आणि काढणी, ग्रेडिंग, पॅकिंग, वाहतूक, साठवण, कृषी आणि खाद्य प्रक्रिया, वितरण, जाहिरात आणि विक्री, काही परिभाषांमध्ये पुरवठा खरेदी करण्याच्या

कृती, उपकरणे भाड्याने देणे आणि कामगार देय देणे या विवेकाचा समावेश होतो असा तर्क करणारे विपणन हे प्रत्येक गोष्ट आहे. अशा प्रक्रिया माहितीची अदलाबदल केल्याशिवाय होऊ शकत नाहीत आणि बऱ्याचदा योग्य वित्त उपलब्धतेवर अवलंबून असतात.

३.४.१ अर्थ :

विक्रीव्यवस्था किंवा विपणन ही अशी प्रक्रिया आहे की, ज्याद्वारे उत्पादक व ग्राहक यांना एकत्र आणले जाते. शेतमाल विक्रीव्यवस्थेद्वारे शेतमालाचे उत्पादक व शेतमालाचे ग्राहक यांना एकत्र आणले जाते. कार्यक्षम विक्रीव्यवस्था आर्थिक व्यवहार वाढविण्याच्या दृष्टीने महत्त्वाची भूमिका बजावते, तसेच उत्पादन झालेल्या उत्पादनाचा आर्थिक दृष्टीने चांगला वापर होण्याच्या दृष्टीने कार्यक्षम विक्रीव्यवस्थेची गरज असते.

उपलब्ध होणारा विक्रेय वाढावा ग्राहकांपर्यंत पोहोचविण्याच्या बाबतीत बाजारव्यवस्थेचा विचार करावा लागतो. बाजारव्यवस्था योग्य प्रकारची असणे विक्रेय वाढावा वाढविण्यासाठी व एकूणच शेती विकासासाठी आवश्यक असते. नाशवंत स्वरूपाचा शेतमाल वेळेत बाजारात नेला जाऊन तो ग्राहकांपर्यंत पोहचणे आवश्यक असते. शेतमालाच्या बाजारात ठोक व्यापारी, किरकोळ व्यापारी, दलाल, अडत्ये वगैरेंची साखळी असते व अशा मध्यस्थांमार्फत शेतकऱ्याला आपला माल विकावा लागतो. शेतीबाजारात धान्य, डाळी वगैरे खरेदी करणारे उपभोक्ते, औद्योगिक कच्चा माल खरेदी करणारे उत्पादक, निर्यात करणारे व्यापारी असे तीन प्रकारचे ग्राहक असतात. भारतीय अर्थव्यवस्थेत शेती उत्पादनाचा वाटा मोठा असल्याने शेतकी बाजार हा सर्वात मोठा व सर्व देशभर कानाकोपऱ्यात पसरलेला दिसून येतो. ग्राहक व उत्पादक यांना एकत्र आणण्याचे काम एका साखळीमार्फत केले जाते. शेतमाल गोळा करणे, वाहतूक व्यवस्था, साठवण व्यवस्था, पतपुरवठा वगैरे घटकांचा या साखळीत समावेश होतो.

३.४.२ व्याख्या :

कृषी विपणनाच्या व्याख्या पुढीलप्रमाणे जाणून घेता येतील :

१) **फिलिप कोटलर :**

''देवाणघेवाण प्रक्रियेद्वारे गरजा आणि इच्छा पूर्ण करण्यासाठी निर्देशित केलेली मानवी क्रिया म्हणजे कृषी विपणन होय.''

२) **अमेरिकन मार्केटिंग असोसिएशन :**

''उत्पादकांकडून गाहकांपर्यंत वस्तू आणि सेवांचा प्रवाह निर्देशित करणाऱ्या व्यावसायिक प्रक्रियेला कृषी विपणन असे म्हणतात.''

३) **थॉमसेन :**

''कृषी बाजारामध्ये शेतीमधून उत्पादित अन्न, कच्चा माल आणि त्यांच्या डेरिव्हेटिव्ह्ज, उदा: वस्त्रे, साखर ग्राहकांपर्यंत पोहचविणे आणि अशा उत्पादकांचे परिणाम यामध्ये समाविष्ट प्रक्रिया आणि त्यांचे संचालन करणाऱ्या शेतकरी, मध्यस्थ आणि ग्राहकांचा समावेश आहे.''

४) **राष्ट्रीय कृषी विपणन आयोग :**

''कृषी विपणन ही एक प्रक्रिया आहे, जी विक्रीयोग्य शेतमाल निर्मितीपासून सुरू होते आणि त्यात बाजारपेठेची रचना किंवा प्रणालीचे सर्व पैलू, दोन्ही कार्यात्मक आणि संस्थात्मक, तांत्रिक आणि आर्थिक विचारांवर आधारित असतात आणि त्यात कापणीपूर्व आणि कापणीनंतरच्या श्रेणीकरण, साठवण, वाहतूक आणि वितरण या कार्यांचा समावेश असतो.''

३.४.३ कृषी विपणनाची वैशिष्ट्ये :

कृषी विपणनामध्ये नाशवंत उत्पादने, नियमित मागणी, किमतीतील चढउतार, स्थिर मागणी, मध्यस्थांची उपस्थिती इत्यादी अनेक वैशिष्ट्ये आहेत. कृषी विपणनाची वैशिष्ट्ये पुढीलप्रमाणे सांगता येतील :

१) नाशवंत उत्पादने :

कृषी बाजारपेठेत कृषी उत्पादनांचा व्यवहार केला जातो. बहुतांश कृषी उत्पादने नाशवंत आहेत. फळे, हिरव्या भाज्या, मासे, मांस, दूध, इतर दुग्धजन्य पदार्थ इत्यादी कमी वेळात नष्ट होतात. परंतु इतर काही थोड्या काळासाठी ताजे राहतात. तर, उत्पादनांच्या स्वरूपानुसार साठवण, वितरण आणि वाहतुकीचे योग्य व्यवस्थापन केले जाते.

२) सततची मागणी :

सततची मागणी ही कृषी विपणनाची आणखी एक महत्त्वाची बाब आहे. बहुतांश कृषी मालाचे उत्पादन ठराविक हंगामात होते. परंतु ते वर्षभर वापरण्यासाठी आवश्यक असतात. त्यामुळे अशा मालाच्या नियमित पुरवठ्यासाठी गोदाम व्यवस्थापन प्रभावी केले जाते.

३) किमतीतील चढउतार :

कृषी उत्पादनांची मागणी आणि पुरवठा यामध्ये समतोल राखता येत नसल्यामुळे, कृषी बाजारामध्ये किंमतीमध्ये चढ-उतार होत राहतात. कापणीच्या वेळी पुरवठा जास्त होतो आणि किंमत कमी होते. ऑफ-सीझनमध्ये, पुरवठा कमी होतो आणि किंमत जास्त वाढते.

४) मध्यस्थांची उपस्थिती :

औद्योगिक उत्पादनांवर उत्पादकाचे वर्चस्व असते परंतु मध्यस्थांचे प्राबल्य कृषी उत्पादनांवर असते. मध्यस्थ कापणीच्या वेळी थेट शेतकऱ्यांकडून कमी किमतीत कृषी उत्पादने खरेदी करतात. ते गोळा केलेले पदार्थ गोदामात ठेवतात आणि चढ्या भावाने विकतात. त्यामुळे ते बाजार व्यवस्थापनाची जबाबदारी घेतात. ते विपणनाची सर्व कार्ये करतात जसे की कृषी उत्पादनाचे संकलन, मानकीकरण, किंमत, साठवणूक इ. त्यामुळे शेतकऱ्यांना त्यांच्या मालाला वाजवी भाव मिळू शकत नाही.

५) लवचिक मागणी :

दैनंदिन जीवनासाठी कृषी उत्पादने अनिवार्य आहेत. त्यांच्या किंमतीतील कोणत्याही बदलाचा फारसा परिणाम होत नाही. किमतीतील वाढ किंवा घट यांचा कृषी उत्पादनांच्या मागणीवर परिणाम होत नाही. त्यामुळे कृषी बाजारपेठेत मागणी स्थिर राहते.

६) लवचिक पुरवठा :

मागणी स्थिर राहिली तरीही कृषी उत्पादनांचा पुरवठा लवचिक राहतो. कृषी उत्पादनांच्या किमतीत बदल झाल्यामुळे पुरवठ्यावर परिणाम होतो. कृषी उत्पादनांच्या किमती वाढल्या तर पुरवठाही एकत्रितपणे वाढतो. किंमत कमी झाली तर पुरवठाही कमी होतो.

३.५ भारतातील कृषी विपणन प्रणालीतील दोष :

भारतामध्ये शेतमालाच्या विपणनाच्या संदर्भात असे म्हटले जाते की, शेतकऱ्याने उत्पादित केलेला शेतीमाल प्रत्यक्ष ग्राहकाच्या हातात पडेपर्यंत कराव्या लागणाच्या वेगवेगळ्या प्रक्रिया ज्यामध्ये शेतमालाचे एकत्रिकरण, शेतीमालाचे वर्गीकरण, शेतीमाल बाजारात नेण्यासाठी करावी लागणारी वाहतूक, साठवणूक, गोदामात साठवणूक केलेल्या मालाचा

विमा आणि मालाची विक्री करून मूल्य किवा किंमत प्राप्त करणे इ. प्रक्रियांचा समावेश केला जातो. भारतीय शेती विपणनामध्ये शेतकरी आपला शेतीमाल गावामध्येच आर्थिक गरज आणि वाहतुकीच्या सोयीचा अभाव या कारणांमुळे विकतो. शेतीमालाची गावात विक्री, बाजारपेठेत विक्री, सहकारी समित्याद्वारे विक्री आणि सरकारद्वारे विक्री या चार प्रकारापैकी कोणत्याही एका प्रकारामध्ये शेतमालाची विक्री केली जाते. भारतीय शेती विपणनामध्ये अनेक दोष आढळून येतात. भारतीय शेतीमाल विपणनाची पद्धत दोषपूर्ण असून त्यामध्ये बदल करण्याची गरज आहे, असेही तज्ज्ञांचे मत आहे. भारतीय कृषी विपणन व्यवस्थेत पुढील दोष आढळून येतात.

१) शेतमालाची उत्पादनानंतर त्वरित विक्री :

भारतीय शेतकऱ्यांची आर्थिक स्थिती, हंगामापूर्वी घेतलेले कर्ज आणि कौटुंबिक गरजा इ. चा विचार केल्यानंतर शेतकऱ्यांकडून शेतमाल निघाल्यानंतर त्वरित त्या शेतमालाची विक्री आपल्या गरजा पूर्ण करण्यासाठी केली जाते. शेतीमालाचे उत्पादन झाल्यानंतर बाजारपेठेत विक्रीसाठी येण्याऱ्या मालाचे आधिक्य/प्रमाण जास्त असते. जेव्हा शेतमालाचे बाजारपेठेतील प्रमाण वाढते तेव्हा शेतीमालाच्या किमती कमी होतात आणि शेतकऱ्यांना त्यांच्या मालाची अपेक्षित किंमत प्राप्त होत नाही. शेतमालाची उत्पादनानंतर त्वरित विक्री हा विपणन व्यवस्थेतील दोष समजला जातो.

२) शेतमाल विक्री व्यवस्थेत मध्यस्थांचे वर्चस्व :

भारतीय शेती विपणनामध्ये मध्यस्थांचे वर्चस्व हे सर्वात जास्त असल्याचे आढळून येते. शेतमालाचे उत्पादन करणारा शेतकरी आणि शेतीमालाचा उपभोग घेणारा ग्राहक किंवा उपभोक्ता या दोहोंमध्ये कार्य करणारे मध्यस्थ, दलाल याचा सुळसुळाट आढळून येतो. शेतकऱ्याने उत्पादित केलेला शेतमाल ग्राहकांना प्रत्यक्ष प्राप्त होईपर्यंत गावातील सावकार, सावकारांनी शेतमाल ज्यांना विकला ते दलाल, लहान दलाल व मोठे दलाल, अडत व्यापारी, मोठे अडत व्यापारी इ. शेतीमालाच्या विक्री व्यवस्थेतील मध्यस्थांचे असलेले वर्चस्व आणि त्यांच्याकडून आकारला जाणारा मोबदला आणि कमिशनची रक्कम ही एवढी असते की, शेतकऱ्याने विकलेल्या शेतमालाची किंमत + मध्यस्थांचे कमिशन = ग्राहकांना द्यावी लागणारी शेतीमालाची खरेदी किंमत ही प्रचंड असते. मध्यस्थांच्या वर्चस्वामुळे शेतीमालाची विक्री किंमत वाढते आणि जेव्हा शेतीमालाची विक्री किंमत वाढते तेव्हा मध्यस्थांना फायदे प्राप्त होतात व शेतकऱ्यांचे शोषण होते. मध्यस्थांचे व्यवहार शेतकऱ्याच्या आर्थिक हिताच्या विरुद्ध असतात, कारण शेतकऱ्याकडून कमी किमतीला शेतमालाची खरेदी करणे आणि ग्राहकांना जास्तभावाने शेतीमाल विक्री करणे. मध्यस्थांच्या या भूमिकेमुळे शेतीमालाच्या विक्री व्यवस्थेत दोष निर्माण झाला आहे. ग्राहक आणि शेतकरी यां दोहोमध्ये मध्यस्थी म्हणून हे एजंट, दलाल, मध्यस्थी, अडते कार्य करतात. त्यामुळे त्यांचे आर्थिक शोषण होते व ग्राहकांना हतकऱ्याने उत्पादित केलेला शेतीमाल प्राप्त होत नाही.

३) साठवणूक सोयींचा अभाव :

शेतीमालाच्या विपणनामध्ये ज्या वेगवेगळ्या अवस्था आणि प्रक्रिया विचारात घेतल्या जातात त्यामध्ये साठवणूक ही एक प्रक्रिया आहे. शेतमालास योग्य किंमत प्राप्त होण्यासाठी शेतीमालाचे योग्य पद्धतीने संग्रहण करणे आवश्यक आहे. शेतीमालाचे उत्पादन झाल्यानंतर विक्रीसाठी आलेल्या शेतमालाचे एकूण आधिक्य विचारात घेता शेतमालाच्या किमती कमी होतात आणि शेतकऱ्याचे आर्थिक नुकसान होते. शेतकऱ्याचे आर्थिक दुकसान होऊ नये यासाठी साठवणूक सोयीचा विकास व गोदाम व्यवस्था आवश्यक आहे. भारत हा शेतीप्रधान देश आहे आणि शेतीप्रधान देशामध्ये साठवणूक सोयीचा विकास आधुनिक पद्धतीने होणे आवश्यक आहे, परंतु असे आढळून येत नाही. शेतकरी त्यांचा शेतीमाल परंपरागत पद्धतीने साठवून ठेवतात. परंपरागत पद्धतीने करण्यात

येणाऱ्या साठवणुकीमुळे शेतीमालाचे नुकसान होते, उंदीर, घूस आणि इतर कीटकांच्या उपद्रवामुळे साठवणूक केलेल्या शेतमालाचे नासधूस होते. शेतकऱ्यांच्या शेतीमालाचे नुकसान होते आणि विक्री योग्य आधिक्य कमी. कारण संग्रहणाच्या किंवा साठवणुकीच्या सोयी उपलब्ध नसल्याने शेतकऱ्यांना आपला शेतीमाल त्वरित विक्री करावा लागतो. हा शेतमाल विपणन व्यवस्थेतील दोष समजला जातो.

४) वाहतुकीच्या साधनांचा अभाव :

भारत हा विकसनशील देश आहे. विकसनशील देशामध्ये ज्या समस्या आढळून येतात त्या समस्या भारतीय अर्थव्यवस्थेत आढळून येतात. शहरातील सत्यांचा झगमगाट आणि ग्रामीण भागात रस्ते नसणे, असे परस्पर विरोधी चित्र भारतीय अर्थव्यवस्थेत आढळून येते. शहरामध्ये इंडिया शाईनिंग होतोय तर ग्रामीण भागामध्ये गुडक्टरऐवजी बॅड फॅक्टर दिसून येतो या बॅड फॅक्टरमध्ये वाहतुकीच्या साधनांचा अभाव हा एक महत्त्वाचा घटक आहे. भारतातील अनेक खेडी हे शहराशी पक्क्या रस्त्याने जोडण्यात आलेले नाही. स्वातंत्र्योत्तर काळात रेल्वेमार्गाची संख्या किती वाढली आहे याबाबत आकडेवारी गोळा केल्यास वस्तुस्थिती कळू शकेल. योग्य आणि सुरक्षित वाहतूक साधनांचा विकास न झाल्यामुळे शेतकऱ्यांना आपला शेतीमाल बैलगाडीनेच बाजारात न्यावा लागतो. त्यामुळे वाहतुकीला वेळ लागतो. नाशवंत असलेल्या शेतीमालाची वाहतुकीच्या विलंबामुळे नुकसान होते, शेतमाल खराब होतो, शेतीमालाची वाहतूक व्यवस्था करण्यासाठी पुरेशी आणि योग्य साधने नसल्याने शेतकऱ्यांना आपला शेतीमाल खेड्यात विकावा लागतो, शेतमालाची खेड्यात होणाऱ्या विक्रीमुळे शेतकऱ्यांना योग्य किंमत प्राप्त होत नाही त्यामुळे शेतकऱ्यांचे आर्थिक नुकसान होते.

५) विक्री योग्य मालाचे प्रमाण :

शेतीपासून उत्पादित झालेल्या एकूण शेतमालापैकी स्वतःच्या कुटुंबासाठी, बी-बियाण्यांसाठी आणि शेतीवर काम करणाऱ्या नोकरांसाठी शेतमालाचे का प्रमाण बाजूला काढून ठेवले जाते व शिल्लक माल विक्रीसाठी बाजारपेठेत आणला जातो. शेतकऱ्याकडे असलेल्या शेतमालाचे विक्रीयोग्य आधिक्य हे कमी असेल तर शेतमालाची गावात विक्री केली जाते. शेतमालाचे विक्रीयोग्य आधिक्य जास्त असेल तर शेतमाल विक्रीसाठी बाजारपेठेत विक्रीसाठी आणला जातो. ग्रामीण भागामध्ये शेतीमालाच्या मोबदल्यात अनेक प्रकारच्या सेवा दिल्या जातात. यामध्ये पाणीपुरवठा करणारा कोळी समाज, न्हावी समाज कुंभार, लोहार इ. आलुतेदार आणि बलुतेदार यांच्या वर्षभराच्या सेवेचा मोबदला म्हणून त्यांना धान्य दिले जाते. त्यानंतर शेतमालाचे विक्रीयोग्य आधिक्य अतिशय कमी राहते. त्यामुळे बाजारपेठेत हा शेतीमाल विक्रीला आणणे शेतकऱ्यास आर्थिकदृष्ट्या परवडत नाही. शेतमालाच्या विक्रीव्यवस्थेच्या संदर्भातील दोष समजला जातो.

६) प्रमापीकरण आणि श्रेणीकरण :

शेतीमालाची विक्रीयोग्यता वाढविण्यासाठी शेतीमालाचे प्रमापीकरण आणि श्रेणीकरण आवश्यक आहे. शेतीमाल बाजारात विक्रीला आणण्यापूर्वी शेतमालाचे वर्गीकरण करणे, शेतीमालाचा दर्जा निश्चित करणे, शेतीमाल डब्यात भरणे, शेतीमालाला चिन्हांकन देणे इ. बाबी आवश्यक असतात. भारतात शेतमालाच्या विक्री व्यवस्थेत प्रमापीकरण आणि श्रेणीकरणाच्या सोयी उपलब्ध नसल्याने विक्रीसाठी येणारा शेतीमाल हा अप्रमापीकृत व अश्रेणीकृत असतो. अशा शेतमालाची खरेदी केल्यानंतर व्यापाऱ्याकडून त्यामध्ये भेसळ केली जाते. अप्रमापीकृत व अश्रेणीकृत मालास आंतरराष्ट्रीय बाजारात योग्य किंमत प्राप्त होत नाही. भारतीय शेतमालाच्या खरेदी विक्री व्यवस्थेत प्रमापीकरण आणि श्रेणीकरणाचा अभाव हा महत्त्वाचा दोष समजला जातो.

७) वजनमापानातील विविधता :

शेतकऱ्याने विक्रीसाठी आणलेला शेतीमाल खेड्यातच विकला जात असेल, तर खेड्यातील लहान व्यापारी, अडते, प्रतिनिधी किंवा सावकार यांच्याकडे असलेले शेतीमालाचे वजन करण्याचे वजनकाटे हे दोषपूर्ण असतात. शेतीमालाची खरेदी ही शेर, आदली इ. पद्धतीने केली जाते. त्यामुळे शेतकऱ्यांचेआर्थिक नुकसान होते. बऱ्याच वेळा वजनकाट्यामध्ये दोष आढळून येतात. वेगवेगळ्या मापाचे वजन प्रमाणापेक्षा जास्त असते आणि काट्यातील दोष आढळून येतो. त्यामुळे शेतकऱ्यांची आर्थिक फसवणूक वजनमापातील विविधतेमुळे होते.

८) बाजारपेठेतील अव्यवहार्य आणि अनुचित प्रथा :

भारतीय विपणन व्यवस्थेतील ह सर्वात महत्त्वाचा दोष समजला जातो. भारतीय शेतकऱ्याचे अज्ञान आणि निरक्षरता या कारणामुळे बाजारपेठेतील वेगवेगळे अनुचित व्यवहार हे शेतकऱ्यांचे आर्थिक फसवणूक करण्यास कारणीभूत ठरतात, असे मत अनेक तज्ज्ञांनी शेतीविपणनाच्या संदर्भात व्यक्त केले आहे. बाजारपेठेतील खरेदी-विक्री व्यवस्थेतील खोटे वजनमाप, नमुना म्हणून घेतला जाणारा माल, मोजमाप करणाऱ्या चाऱ्यांचा मोबदला, मध्यस्थांची आणि व्यापाऱ्यांची संघटना, अतिरिक्त दलाली, शेतीमाल डीतून उतरवून घेणे व मोजमाप करण्यासाठी आकारण्यात येणारी हमाली, शेतीमालाचे मोजमाप अगारे मापारी व त्यांचे कमिशन आणि शेतीमालाच्या एकूण किमतीतून करण्यात येणाऱ्या वेगळ्या कपाती या शेतमालातील वेगवेगळे अनुचित व्यवहार स्पष्ट करतात. आपण वेळ मिळाल्यास शेतमालाची खरेदी-विक्री ज्या बाजारपेठेत होते त्या ठिकाणी गेल्यास किंवा आठवडे बाजारात शेतीमालाची खरेदी करणारे लहान व्यापारी यांचे व्यवहार अनुभवल्यास आपणास या मुद्यांचे स्पष्टीकरण स्वानुभवाद्वारे करता येऊ शकेल. कृषी उत्पन्न बाजार समित्यामध्ये किंवा इतर अनियंत्रित शेतमाल विपणनामध्ये शेतमालाची खरेदी करताना जे अनुचित व्यवहार आढळून देतात ते अनुभवल्यास भारतीय शेतमालाच्या विपणनातील अनुचित व्यवहाराची आपणास कल्पना येऊ शकेल.

९) बाजारभाव :

शेतीमालाच्या किमतीमध्ये मोठ्या प्रमाणात अस्थिरता आढळून येते. शेतमालाचे विक्रीयोग्य आधिक्य व त्याचे प्रमाण शेतमाल बाजारपेठेत वाढल्यास शेतमालाच्या किंमती कमी होतात आणि शेतमालाचे बाजारपेठेतील प्रमाण कमी झाल्यास शेतमालाच्या किमती वाढतात हे सर्वसाधारण चित्र शेतमाल विपणनाच्या संदर्भात आढळून येते. शेतमालाच्या किमतीत होणारे बद्दल शेतकऱ्यांना माहित होत नाही आणि आकाशवाणी, दूरदर्शन आणि वर्तमानपत्राद्वारे प्रसारित होणाऱ्या बाजारभावांची शेतकऱ्यांकडून दखल घेतली जात नाही. शेतकऱ्यांची आर्थिक स्थिती आणि बाजारभावाबद्दल असलेली अनभिज्ञता यामुळे शेतकऱ्यांना आपला शेतीमाल बाजारपेठेत विक्रीसाठी आणताना बाजारभावाच्या संदर्भातील माहितीचा उपयोग होत नाही किंवा शेतकऱ्याकडून हा उपयोग केला जात नाहीं. त्यामुळे अनेक प्रश्न निर्माण होतात व शेतकऱ्यांचे आर्थिक नुकसान होते कारण इतरही शेतकरी त्याच वेळी शेतमालाची विक्री करण्यासाठी बाजारपेठेत येतात. पर्यायाने शेतमालाचे विक्रीयोग्य आधिक्य वाढते आणि शेतमालाच्या किमती कमी होतात.

१०) शेतकऱ्याचे दारिद्र्य :

भारतातील एकूण लोकसंख्येचा विचार केल्यास आजही ४० ते १८ टक्के लोकसंख्या दारिद्र्य रेषेखाली जीवन जगत आहे. आपल्या जीवनावश्यक गरजांची पूर्तता या लोकसंख्येला करता येत नाही. या लोकसंख्येमध्ये शेतकऱ्यांचे प्रमाण सर्वात जास्त आहे. भारतीय शेतकऱ्यांची ऋणग्रस्तता ही गावातील सावकाराकडून घेण्यात येत असलेल्या कर्जावर मोठ्या प्रमाणात अवलंबून आहे. शेतकरी पूर्वहंगामी कर्ज सावकारांडून घेतात आणि

हंगाम पूर्ण होताच सावकाराकडून त्या कर्जाची परतफेड करून घेतली जाते. ही परतफेड पिकाच्या स्वरूपात असल्यामुळे शेतकऱ्यास शेतीमाल सावकारास स्वतःच्या इच्छेविरुद्ध द्यावा लागतो. सावकाराकडून देण्यात येणारा दर हा अतिशय कमी असतो. बाजारभाव आणि सावकाराची खरेदी किंमत यामध्ये मोठ्या प्रमाणात तफावत आढळून येते व शेतकऱ्यांची पिळवणूक होते. शेतकऱ्यास सावकाराकडून त्यांच्या मालाची योग्य किंमत प्राप्त होत नाही त्यामुळे शेतकऱ्याचे दारिद्र्य कायम राहते.

११) शेतकऱ्यांच्या संघटनेचा अभाव :

भारतीय शेतकरी असंघटित आहे. भारतातील शेतकऱ्यांची एकूण संख्या विचारात घेता त्यांच्यात संघटितपणा येणे आवश्यक आहे. असंघटित शेतकरी हे शेतीमालाच्या विपणन व्यवस्थेवर प्रभुत्व ठेवू शकत नाहीत. याउलट बाजारपेठेतील लहान लहान व्यापारी शेतमालाच्या विपणन व्यवस्थेवर प्रभुत्व ठेवून असल्याचे आढळून येते कारण त्यांच्यात संघटितपणा दिसून येतो. शेतकऱ्यांची शेतमाल विक्रीच्या व्यवस्थेत वेगवेगळ्या घटकाकडून फसवणूक केली जाते आणि ही फसवणूक शेतकरी स्वतःच्या डोळ्याने बघतो. त्यावर भाष्य करू शकत नाही किंवा बोलू शकत नाही. शेतकऱ्याने या संदर्भात काही म्हटल्यास आम्हाला तुमच्या मालाची खरेदी करावयाची नाही. तुमचा माल घेऊन जा असे उद्धट व उर्मट उत्तर व्यापाऱ्याकडून मिळते. आर्थिकदृष्ट्या दुर्बल झालेला शेतकरी हा शेतमाल विक्री व्यवस्थेतील शेतकऱ्यांच्या असंघटितपणामुळे आर्थिक नुकसान सहन करतो.

भारतीय शेतमाल विपणन व्यवस्था ही अतिशय जुनी व्यवस्था आहे. ग्रामीण व्यवस्थेक शहरी अर्थव्यवस्थेकडे वाटचाल होत असताना शेतमाल विपणनात वरील दोष आजही आढळून येतात.

३.६ भारतातील कृषी विपणन प्रणालीतील दोष दूर करण्यासाठी उपाययोजना :

भारतीय अर्थव्यवस्थेच्या संदर्भात शेतीव्यवसाय हा प्राचीन व्यवसाय समजला जातो. शेती हा भारतीय मानवी जीवनाचे अविभाज्य अंग असून भारतातील बहुसंख्य लोक ग्रामीण भागात राहतात आणि शेतीवर अवलंबून आहे. त्यांच्या उपजीविकेचे मुख्य साधन शेती असून, देशातील जनतेची अन्नधान्याची गरज, प्रक्रिया उद्योगांना लागणारा कच्चा माल, पशुचारा आणि इतर शेतीपूरक उद्योग इ. चा संदर्भ भारतीय अर्थव्यवस्थेशी अत्यंत निगडीत आहे. देशाच्या अर्थव्यवस्थेचा विकास आणि प्रगती ही शेती व्यवसायावर अवलंबून असल्याने शेती व्यवसायाला भारतीय अर्थव्यस्थेच्या पाठीचा कणा असे म्हटले जाते. शेतकऱ्याने उत्पादित केलेल्या शेतीमालाची योग्य प्रकारे विक्री होऊन त्यांच्या हिताची जोपासना करणे अत्यंत आवश्यक आहे. भारताच्या शेती विपणनातील दोष दूर करण्यासाठी पुढील उपार सुचविता येईल.

१) शेतमालाचे प्रमामीकरण आणि श्रेणीकरण :

शेतमालाची विक्री योग्यता वाढविण्यासाठी शेतमालाचे प्रमापीकरण आणि श्रेणीकरण करणे आवश्यक आहे. प्रमापीकरण आणि श्रेणीकरणाच्या अभावामुळे व्यापाऱ्यांना शेतीमालाची खरेदी केल्यानंतर त्यात भेसळ करता येते. शेतमालाचे प्रमापीकरण आणि श्रेणीकरण न झाल्यामुळे शेतमालास योग्य ग्राहक उपलब्ध होत नाही आणि शेतमालास अपेक्षित किंमत प्राप्त होत नाही. भारतात १९३७ मध्ये Agricultural produce Grading Marketing Act मंजूर करण्यात आला. या कायद्यातील तरतुदीनुसार शेतमालाची आणि पशूंची विक्री करण्यापूर्वी त्यांचे वर्गीकरण करणे आवश्यक आहे. शेतीतून उत्पादित झालेला शेतमाल आणि पशुधनाचे वर्गीकरण करून दर्जा ठरविणे, चिन्हांकन करणे आवश्यक आहे, तर मांसासाठी पशुधनाचा उपयोग केला जात असेल तर त्या पशुंचे वर्गीकरण करणे आणि त्यांचे मांस डब्यात भरून त्यांचे चिन्हांकन करणे आवश्यक करण्यात आले आहे.

शेतमालाची गुणवत्ता, दर्जा, चिन्हांकन आणि पशूंचे मांस इ. च्या संदर्भात दुसऱ्या पंचवार्षिक योजनेत प्रयोगशाळा स्थापन करण्यात आल्या आहेत. भारतात स्थापन करण्यात आलेल्या प्रयोगशाळांमध्ये कानपूर, मुबई, नागपूर, कलकत्ता, चेन्नई, म्हैसूर येथे या प्रयोगशाळा आहेत.

२) वाहतुकीच्या सोयीच्या विकास :

शेतमालाच्या विपणनाच्या अवस्थेत वाहतुकीच्या साधनांची उपलब्धता अत्यंत महत्त्वाची आहे. स्वातंत्र्यपूर्वकाळात आणि स्वातंत्र्योत्तर काळातील पहिली दोन दशके ग्रामीण भागातील रस्त्यांच्या विकासावर केंद्रित करण्यात आली होती. ग्रामीण भागातील मोठी खेडी मुख्य रस्त्यांना किंवा रेल्वेंना जोडण्यात यावीत या दृष्टिकोनातून वाहतुकीचा विकास करण्यावर भर देण्यात आला. वाहतुकीच्या सोयी उपलब्ध नसल्याने शेतकऱ्यांना आपला शेतमाल खेड्यातच विकावा लागतो. शेतमाल विपणनातील हा दोष दूर करण्यासाठी वाहतुकीच्या सोयीचा विकास आवश्यक आहे. शहरे ही राष्ट्रीय महामार्गांना जोडण्यात यावी आणि शहरातील रस्त्यांना खेड्यातील रस्ते जोडून रस्त्यांचे सुसंगत जाळे निर्माण करणे आवश्यक आहे. शेतमालाच्या विक्री व्यवस्थेतील दोष दूर करण्यासाठी वाहतुकीच्या सोयीचा विकास होणे आवश्यक आहे. वाहतुकीच्या सोयीचा विकास झाल्याशिवाय शेतमालाची वाहतूक प्रगत साधनांद्वारे होणार नाही. त्यामुळे नाशवंत शेतमालाचे नुकसान होईल. हे नुकसान टाळण्यासाठी ग्रामीण भागातील सुधारणा होणे आवश्यक आहे. ग्रामीण भागातील रस्ते सुधारल्यास वाहतुकीची साधने खेड्यापर्यंत पोहोचतील व नाशवंत व इतर शेतीमाल त्वरित बाजारपेठेत आणता येईल किंवा योग्य ठिकाणी त्या मालाची साठवणूक करता येईल. म्हणून ग्रामीण भागात परिवहन सोयीचा व रस्त्यांचा विकास होणे आवश्यक आहे.

३) शेतमाल विक्री व्यवस्थेतील मध्यस्थांचे उच्चाटन :

शेतीमालाच्या विपणनाच्या व्यवस्थेत सुधारणा होणे आवश्यक आहे. शेतकऱ्यांच्या हिताची जोपासना करणे व त्यांच्या हितसंबंधाचे संरक्षण करण्यासाठी शेतमालाच्या विपणन व्यवस्थेत असलेले सावकार, किरकोळ व्यापारी, अडते, मध्यस्थ, एजट, दलाल व इतरांचे उच्चाटन व निर्मूलन होणे आवश्यक आहे. महाराष्ट्र सरकारने कापसाच्या खरेदीसाठी कापूस एकाधिकार योजना सुरू केली तसेच ज्वारीच्या खरेदीसाठी लेव्ही योजना सुरू केली आहे. शेतीच्या इतर पिकांच्या संदर्भात अशा योजना सुरू केल्यास मध्यस्थांचे उच्चाटन करणे सोयीचे होऊ शकेल.

४) साठवणूक सोयींचा विकास :

शेतमालाच्या साठवणुकीसाठी चांगल्या गोदामाची व होणे आवश्यक आहे. चांगल्या साठवणूक व्यवस्थेअभावी शेतमालाची नासधूस होते आणि शेतकऱ्यांचे आर्थिक नुकसान होते. हे आर्थिक नुकसान होऊ नये म्हणून साठवणुकीच्या सोयींचा विकास होणे आवश्यक आहे. भारत सरकारने १९५६ मध्ये राष्ट्रीय सहकारी विकास गोदाम मंडळाची स्थापना केली आहे. सहकार तत्त्वावर गोदामांचा विकास आणि नियंत्रण करून साठवणुकीच्या सोयीच्या विकासासाठी या माध्यमातून भर दिला जातो. १९६७ मध्ये मध्यवर्ती गोदाम महामंडळाची स्थापना केली. ग्रामीण भागाच्या विकासासाठी पंचायत राजव्यवस्था स्वीकारण्यात आली आहे. या पंचायत राजव्यवस्थेतील सर्वात खालचा पटह म्हणजे ग्रामपंचायत व ग्रामपंचायतीच्या वर पंचायत समिती आहे. पंचायत समिती स्तराव सरकारी मालकीची गोदामे बांधण्यावर भर देण्यात आला असून शेतकऱ्यांचा शेतीमाल वा गोदामामध्ये सुरक्षित ठेवून गोदाम पावतीच्या तारणावर शेतकऱ्यांना कर्ज देण्याची व्यवस्था उपलब्ध करून देण्यात आली आहे. त्यामुळे शेतकऱ्यांची आर्थिक गरज पूर्ण होते आणि आर्थिक अडचणीमुळे शेतमाल खेड्यामध्येच किंवा घाईघाईने विकण्याची गरज शेतकऱ्यांना भासत नाही. संग्रहणाच्या सोयीच्या विकासावर सरकारने भर दिला आहे. परंतु हा भर अपर्याप्त असल्याचं आढळून येते. बरेचसे शेतकरी या व्यवस्थेचा उपयोग करत नाही.

५) वजनमापात दशमान पद्धतीचा अवलंब :

भारतीय शेतमाल विपणनाच्या संदर्भात अनेक वजनमापे आढळून येतात. ग्रामीण भागामध्ये शेतमालाचे मोजमाप करण्यासाठी वेगवेगळ्या वजन पद्धतीचा व मोजमाप पद्धतीचा अवलंब केला जातो. यामध्ये शेर, आदली, खंडी इ. वजन-मापातील विविधतेमुळे शेतकऱ्यांची आर्थिक फसवणूक होते. ही आर्थिक फसवणूक दूर करण्यासाठी आणि शेतमालाच्या वजन-माप पद्धतीत सुसूत्रता आणि एकच पद्धत निर्माण व्हावी म्हणून भारत सरकारने वजन-मापामध्ये दशमान पद्धतीचा अवलंब सुरू केला आहे. हा अवलंब १ ऑक्टोबर १९५२ पासून लागू करण्यात आला आहे. वजन-मापामध्ये दशमान पद्धतीचा अवलंब करण्यात आल्यामुळे शेतीमालाच्या विपणनातील हा दोष दूर होणे आवश्यक होते, परंतु आजही खेड्यामध्ये शेतमालाचे मोजमाप करताना परंपरागत मोजमाप पद्धतीचा अवलंब केला जातो. जोपर्यंत प्रत्येक शेतकऱ्याच्या घरात वजन काटा राहणार नाही किंवा शेतकरी वजन-काटा खरेदी करणार नाही तोपर्यंत परंपरागत साधनांचा शेतमालाच्या मोजण्यासाठीचा वापर कमी होणार नाही.

६) बाजार समाचार प्रसारण :

शेतकऱ्यांना शेतीमालाच्या विपणनातील माहिती, बाजारभाव, आवक माहित होण्यासाठी आकाशवाणी, दूरदर्शन आणि वर्तमानपत्रातून शेतमालाच्या किमत प्रसारित व प्रकाशित केल्या जातात. शेतकऱ्यांचे बाजारभावाच्या संदर्भातील आकलन वाढ आवश्यक आहे. त्यासाठी तलाठी, ग्रामसेवक आणि प्रौढशिक्षण वर्ग चालविणाऱ्या कर्मचाऱ्यांनी या बाबी शेतकऱ्यांना समजून सांगितल्या आणि बाजारभावाचा उपयोग, बाजारभाव घेणे ही परिस्थिती विचारात घेऊन शेतमाल विक्रीसाठी बाजारपेठेत नेणे था संदर्भात मार्गदर्शन होणे आवश्यक आहे. शेतकऱ्यांना बाजारपेठ समाचाराबद्दलची आत्मीयता, आकलन वाढविण्यासाठी ही गरज आवश्यक वाटते.

७) नियंत्रित बाजारपेठेची स्थापना :

शेतकऱ्यांचे आर्थिक शोषण मध्यस्थांच्या प्रभावामुळे मोठ्या प्रमाणात होते. शेतकऱ्यांचे मध्यस्थांकडून होणारे शोषण थांबविण्यासाठी असंघटित शेतकऱ्यांना संघटित असलेल्या व्यापाऱ्यांच्या बरोबरीने दर्जा मिळवून देण्यासाठी भारत सरकारने व वेगवेगळ्या राज्यांनी नियंत्रित शेतीमाल विपणनाची पद्धत विकसित करण्यावर भर देताना सहकारविषयक कायद्याच्या माध्यमातून नियंत्रित बाजारपेठांची स्थापना केली आहे. बाजारपेठेतील सर्व व्यवहार हे सरकारकडून किंवा सरकारने नियुक्त केलेल्या अधिकाऱ्याकडून नियंत्रित केले जातात. त्यामुळे मध्यस्थांचे उच्चाटन होण्यास मदत झाली आहे.

८) सहकारी विपणन पद्धतीचा विकास :

शेतमालाच्या विपणनातील असलेले वेगवेगळे दोष दूर करण्यासाठी आणि उत्कृष्ट विपणन पद्धतीचा विकास करण्यासाठी सरकारने शेतमालाच्या खरेदीकडे विशेष लक्ष पुरविले आहे. सरकारने १९६५ मध्ये अन्नधान्य व्यापार विकास महामंडळाची स्थापना केली तसेच वेगवेगळे कायदे मंजूर करून सहकारी विपनण पद्धतीवर भर दिला आहे. शेतमालाची सामूहिक खरेदी-विक्री करण्यासाठी सहकारी विपणन समित्या स्थापन करण्यात आल्या आहेत. या विपणन समित्यांच्या माध्यमातून प्रमापीकरण, श्रेणीकरण करून विक्रय योग्यता वाढविण्यावर भर दिला जातो. सहकारी विपणन समित्यांकडून शेतकऱ्यांना मालाचे संग्रहण, मालाची किंमत वाढल्यानंतर विक्री, मालाची परंपरागत पद्धतीने नासधूस होऊ नये म्हणून संग्रहणाची व्यवस्था, ज्या ठिकाणी शेतमालास चांगली किंमत आहे तेथे मालाची वाहतूक करणे, बहुउद्देश सहकारी समित्यांकडून सभासदांना शेतमालाच्या

तारणावर कर्ज, बी-बियाणे, औजारे, खते इ. पुरविण्यावर भर दिला जात आहे. या सर्व सुधारणा सहकारी विपणन व्यवस्थेच्या माध्यमातून केल्या जात आहेत. त्यामुळे शेतीमालाच्या विक्री व्यवस्थेतील काही दोष दूर होण्यास निश्चित मदत झाली आहे.

९) शेतकऱ्यांची संघटना :

भारतीय शेतकरी हा निरक्षर, अज्ञानी, रुढीवादी/परंपरावादी विचारसरणीचा आहे. शेतीमालाच्या विपणन व्यवस्थेत आढळून येणारे मध्यस्थ, व व्यापारी, अडते संघटित आहेत. त्यांच्या संघटितपणामुळे शेतमालाच्या विपणनावर त्यांचे वर्चस्व आढळून बैठे शेतकरी असंघटित असल्यामुळे संघटित शक्तीविरुद्ध असंघटित शक्तीमध्ये असंघटित असलेल्या शेतकऱ्यांचा पराभव होतो आणि ते संघटित शक्तीचा प्रतिकार करण्यास असमर्थ अतात. शेतकऱ्यांच्या हिताचे संरक्षण करण्यासाठी शेतमाल विपणन व्यवस्थेत शेतकऱ्यांना संघटित करणे आवश्यक आहे. शेतकरी संघटित झाल्यास शेतकऱ्यांचे अर्ध्यापेक्षा जास्त प्रश्न सुटतील हा आशावाद अत्यंत महत्त्वाचा आहे. ग्रामीण अर्थव्यवस्थेचा कणा असलेल्या शेतकऱ्यांच्या आर्थिक समस्या सोडविण्यासाठी शेतमालाच्या विपणन व्यवस्थेत सुधारणा होणे अत्यंत आवश्यक आहे. जोपर्यंत शेतमालाच्या विपणन व्यवस्थेत सुधारणा होणार नाही तोपर्यंत शेतकऱ्यांची शेतमालाच्या विक्रीच्या संदर्भातील अडचणी दूर होणार नाहीत. म्हणून शेतकऱ्यांच्या संघटनेकडे आणि संघटितपणाकडे लक्ष पुरविणे अत्यंत आवश्यक आहे.

सरावासाठी प्रश्न

प्र. १. खालील प्रश्नांची वीस शब्दात उत्तरे लिहा.

१) भारतातील वित्तीय क्षेत्रातील सद्यकालीन कोणत्याही चार सुधारणा स्पष्ट करा.

२) ग्रामीण पतपुरवठ्यावरील आर्थिक सुधारणांचे कोणतेही चार परिणाम स्पष्ट करा.

३) भारतातील ग्रामीण पतपुरवठ्याची कोणत्याही चार आव्हाने स्पष्ट करा.

४) भारतातील कृषी पतपुरवठ्याची कोणत्याही चार आव्हाने सांगा.

५) भारतातील कृषी विपणनाची कोणत्याही चार वैशिष्ट्ये सांगा.

६) भारतातील कृषी विपणनातील कोणतेही चार दोष सांगा.

७) भारतातील कृषी विपणनातील दोषांवर मात करण्याच्या कोणत्याही चार उपाययोजना सांगा.

प्र. २. खालील प्रश्नांची सविस्तर उत्तरे लिहा.

१) भारतातील वित्तीय क्षेत्रातील सद्यकालीन सुधारणा स्पष्ट करा.

२) ग्रामीण पतपुरवठ्यावरील आर्थिक सुधारणांचे परिणाम स्पष्ट करा.

३) कृषी पतपुरवठ्यामध्ये नाबार्डची भूमिका स्पष्ट करा.

४) कृषी आणि ग्रामीण पतपुरवठ्यामध्ये व्यापारी बँकांची भूमिका विशद करा.

५) कृषी आणि ग्रामीण पतपुरवठ्यामध्ये सहकारी बँकेच्या भूमिकेबद्दल विवेचन करा.

६) भारतातील ग्रामीण पतपुरवठ्याची आव्हाने स्पष्ट करा.

७) भारतातील कृषी पतपुरवठ्याच्या आव्हानांबद्दल माहिती सांगा.

८) भारतातील कृषी विपणनाची वैशिष्ट्ये सांगा.

९) भारतातील कृषी विपणनातील दोष स्पष्ट करा.

१०) भारतातील कृषी विपणनातील दोषांवर मात करण्याच्या उपाययोजना विशद करा.

प्रकरण ४

कृषी विकास आणि ग्रामीण विकास

प्रस्तावना :

शाश्वत शेती म्हणजे पर्यावरण, सार्वजनिक आरोग्य, मानवी समुदाय आणि प्राणी कल्याणाचे संरक्षण करणारे शेती तंत्र वापरून अन्न किंवा इतर वनस्पती किंवा प्राणीज उत्पादनांचे उत्पादन. शेतीचे हे स्वरूप आपल्याला भविष्यातील पिढ्यांच्या तशा तडजोडीशिवाय चांगले अन्न तयार करण्यास कार्यक्षम करते. शाश्वत शेतीचे ध्येय म्हणजे भावी पिढीच्या स्वतःच्या गरजा पूर्ण करण्याच्या क्षमतेशी तडजोड न करता वर्तमानात समाजाच्या अन्न आणि वस्त्रांच्या गरजा पूर्ण करणे. शाश्वत शेतीचे अभ्यासक तीन मुख्य उद्दिष्टे त्यांच्या कामात समाकलित करण्याचा प्रयत्न करतात. ती पुढीलप्रमाणे : निरोगी वातावरण, आर्थिक नफा आणि सामाजिक व आर्थिक समता. अन्नव्यवस्थेत सहभागी प्रत्येक व्यक्ती–उत्पादक, अन्न प्रक्रिया करणारे, वितरक, किरकोळ विक्रेते, ग्राहक आणि कचरा व्यवस्थापक– शाश्वत कृषी व्यवस्था सुनिश्चित करण्यासाठी भूमिका बजावू शकतात. शाश्वत शेती आणि शाश्वत अन्न व्यवस्थांम ध्ये काम करणाऱ्या लोकांद्वारे सामान्यत: वापरल्या जाणाऱ्या अनेक पद्धती आहेत. उत्पादक जमिनीच्या आरोग्याला प्रोत्साहन देण्यासाठी, पाण्याचा वापर कमी करण्यासाठी आणि शेतातील प्रदूषणाची पातळी कमी करण्यासाठी पद्धती वापरू शकतात. टिकाऊपणासाठी संबंधित ग्राहक आणि किरकोळ विक्रेते मूल्य–आधारित खाद्यपदार्थ शोधू शकतात. जे शेती कामगारांच्या कल्याणाला प्रोत्साहन देणाऱ्या पद्धती वापरून उगवले जातात. जे घटक पर्यावरणास अनुकूल आहेत किंवा स्थानिक अर्थव्यवस्था मजबूत करतात. तसेच शाश्वत शेतीतील संशोधक अनेकदा त्यांच्या कार्यासह अनुशासनात्मक रेषा ओलांडतात: जीवशास्त्र, अर्थशास्त्र, अभियांत्रिकी, रसायनशास्त्र, सामुदायिक विकास आणि इतर अनेक शास्त्र एकत्र करणे. तथापि, शाश्वत शेती पद्धतींच्या संकलनापेक्षा अधिक आहे. ही वाटाघाटीची प्रक्रिया देखील आहे: वैयक्तिक शेतकरी किंवा समाजातील लोकांच्या कधीकधी प्रतिस्पर्धी हितसंबंधांमध्ये बाधा येते. कारण, ते आपले अन्न कसे वाढवतात, याविषयी समस्या सोडवण्याचे काम करतात.

४.१ भारतातील कृषी विकासातील सद्यकालीन प्रवाह :

जगातील अनेक विकसनशील देश प्राथमिक वस्तूंची निर्यात करतात. या देशांच्या एकूण निर्यातीमध्ये ६० ते ७० टक्के वाटा शेतीवर आधारित प्राथमिक वस्तूंचा असतो. त्यामुळे शेतीमालाच्या एकूण निर्यातीवर निर्यात होण्याच्या क्षमतेवर परकीय यंत्रसामग्री व भांडवली वस्तू किती प्रमाणात आयात करायचे आहेत ते ठरते. शेतीतून होणारी निर्यात पूर्ण कार्यक्षमतेने न झाल्यास देशाचा व्यवहारतोल प्रतिकूल राहतो त्याचा परिणाम म्हणून तुटीचा अर्थभरणा वाढतो. परकीय चलणाची समस्या निर्माण होते. आंतरराष्ट्रीय बाजारात वस्तू प्राथमिक वस्तूंच्या किमती सातत्याने वाढत आहेत. त्यामुळे प्राथमिक वस्तू व निर्यातीवर परकीय चलनाची आवक अवलंबून आहे ही परकीय चलनाची वाढ शेती क्षेत्रातील नवीन तंत्रज्ञानाच्या आधारे होऊ शकते. म्हणून खालील मुद्यांच्या आधारे शेती उत्पादकतेतील नवीन प्रवाहांचा अभ्यास करणे संयुक्तीक ठरेल. भारतीय शेतीच्या बाबतीतील अलीकडील प्रवृत्तींची माहिती पुढे दिली आहे.

४.१.१ पीक रचना :

पीक रचना म्हणजे विशिष्ट वेळी निरनिराळ्या पिकांखाली असलेल्या शेतजमिनीच्या क्षेत्राचे प्रमाण होय. पीक रचनेतील बदल म्हणजे वेगवेगळ्या पिकाखाली असलेल्या जमिनीच्या क्षेत्राच्या प्रमाणातील बदल होय. भारतातील पीक रचनेतील प्रमुख प्रवृत्ती पुढीलप्रमाणे :

१) अन्नधान्य पिकाखाली मोठे क्षेत्र :

नियोजन काळातील पीक रचनेचे महत्त्वाचे वैशिष्ट्य म्हणजे अन्नधान्याच्या पिकाखाली असलेले मोठे क्षेत्र होय. १९५०-५१ मध्ये अन्नधान्याच्या पिकाखाली असलेल्या जमिनीच्या क्षेत्राचे प्रमाण ७४ टक्के होते. त्यात वाढ होऊन ते १९८०-८१ मध्ये ८० टक्के एवढे झाले. मात्र, त्यानंतरच्या काळात २००९-१० मध्ये ते ६३.९ टक्के एवढे कमी झाले. अन्नधान्याखालील जमिनीच्या क्षेत्रात सुरुवातीस वाढीची प्रवृत्ती दिसत असली तरी १९८०-८१ नंतरच्या काळात घटीची प्रवृत्ती आढळून येते. २०१६-१७ मध्ये एकूण अन्नधान्याच्या पिकाखालील क्षेत्र १२८.० दशलक्ष हेक्टर होते.

२) नगदी पिकाखालील क्षेत्रात वाढ :

अन्नधान्याव्यतिरिक्त असलेल्या पिकाखालील क्षेत्रात १९८०-८१ नंतरच्या काळात वाढ झालेली दिसते. १९८०-८१ ते २००९-१० या काळात बिगर अन्नधान्य पिकाखालील क्षेत्रात २० टक्क्यांवरून २६.६ टक्के एवढी वाढ झालेली दिसते. बिगर अन्नधान्य पिकाखालील क्षेत्रात वाढ होण्याचे कारण १९८१ नंतरच्या काळात नगदी पिकाखालील क्षेत्रात झालेली वाढ हे आहे.

३) काही पिकांखालील क्षेत्रात वाढ :

१९५१ नंतरच्या काळात अन्नधान्य व बिगर अन्नधान्य प्रकारातील काही पिकाखालील क्षेत्रात वाढ झालेली दिसते. अन्नधान्यापैकी गव्हाच्या पिकाखालील जमिनीच्या क्षेत्रात फार मोठ्या प्रमाणावर वाढ झालेली आहे. तांदळाच्या बाबतीत मध्यम प्रमाणात वाढ झालेली आहे. मात्र, इतर तृणधान्यांच्या बाबतीत पिकाखालील क्षेत्रात झालेली वाढ अतिशय मर्यादित आहे. बिगर अन्नधान्य पिकांपैकी उसाच्या पिकाखालील क्षेत्रात अधिक वाढ झालेली आहे.

४) काही पिकांखालील क्षेत्रात मर्यादित वाढ :

भात पिकाखाली असलेल्या जमिनीचे क्षेत्र मोठे आहे. मात्र, या पिकाखालील क्षेत्रात झालेली वाढ मर्यादित आहे. ज्वारी, कडधान्ये यांच्या पिकाखालील क्षेत्रात फारशी वाढ झालेली नाही. नगदी पिकांच्या बाबतीत

तेलबियांखाली असलेले क्षेत्र मोठे आहे. मात्र, या पिकाखालील क्षेत्रात झालेली वाढ फारच अल्प आहे. कापूस पिकाखालील क्षेत्रातही फारशी वाढ झालेली नाही.

५) **असंतुलित पीक रचना :**

पीक रचनेच्या बाबतीतील एक लक्षात घेण्याजोगे वैशिष्ट्य म्हणजे पीक रचनेतील असमतोलाचे अस्तित्व हे होय. गव्हाच्या पिकाखालील क्षेत्रात सातत्याने वाढ झालेली दिसते. मात्र, त्याबदल्यात ज्वारी, बाजरी, कडधान्ये या पिकाखालील क्षेत्रात घट झालेली आहे. गव्हाचे उत्पादन करणे फायदेशीर ठरल्याने या पिकाखालील क्षेत्रात वाढ झालेली आहे.

४.१.२ तंत्रज्ञान :

अलीकडील काळात जगात शेतीशी संबंधित आधुनिक तंत्रज्ञानाचा मोठ्या प्रमाणावर विकास व उत्पादकार्यात अवलंब होत आहे. भारतातही आधुनिक कृषी तंत्रज्ञानाचा वापर केला जात आहे. अतिशय प्रगत देशांच्या तुलनेत तो कमी असला तरी अलीकडील काळात भारतातील शेती क्षेत्रात आधुनिक तंत्रज्ञानाचा वापर वाढत आहे. शेती क्षेत्रात आधुनिक तंत्रज्ञानाचा वापर पुढील दृष्टीने महत्वाचा आहे.

१) आधुनिक तंत्रज्ञानाच्या वापरामुळे शेती क्षेत्रातील उत्पादन वाढण्यास मदत होते. लोकसंख्येत वेगाने होत असलेली वाढ विचारात घेता अन्नाधान्याच्या उत्पादनात वाढ करण्याची गरज आहे.

२) आधुनिक तंत्रज्ञान मानवी श्रमाची बचत करणारे असते. आधुनिक तंत्रज्ञानामुळे मानवी श्रमचा वापर कमी होण्यास मदत होत आहे. शेतकऱ्यांचे कष्ट त्यामुळे कमी होत आहेत.

३) आधुनिक तंत्रज्ञानामुळे शेतीची उत्पादकता वाढण्यास मदत होते. प्रगत देशांच्या तुलनेत भारतातील शेतीची उत्पादकता कमी आहे. आधुनिक तंत्रज्ञानाचा वापर वाढणे शेतीची उत्पादकता वाढण्यासाठी महत्वाचे आहे.

४) आधुनिक तंत्रज्ञानाच्या वापरामुळे शेती क्षेत्रातील उत्पादनाच्या दर्जात व गुणवत्तेत वाढ होते. त्यामुळे शेतमालाला चांगला भाव मिळतो व उपभोक्त्यांना दर्जेदार शेतमालाचा उपभोग घेता येतो.

५) आधुनिक तंत्रज्ञानाच्या वापरामुळे शेतीचा विकास होण्यास आणि शेतकऱ्याच्या उत्पन्नात व राहणीमानात सुधारणा होण्यास मदत होते.

भारतातील शेतीतील आधुनिक तंत्रज्ञान :

भारतातील शेती क्षेत्रात आधुनिक तंत्रज्ञानाचा वापर होत आहे. भारतातील शेती क्षेत्रात ज्या आधुनिक तंत्रज्ञानाचा वापर होत आहे त्याची माहिती पुढे दिली आहे.

१) **सिंचन तंत्रज्ञान :**

शेतीच्या दृष्टीने सिंचनाचा प्रश्न महत्वाचा आहे. भारतात पावसाचे प्रमाण कमी आहे आणि त्याचबरोबर पाऊस बेभरवशाचा आहे. अशा स्थितीत उपलब्ध पाण्याचा काटकसरीने वापर करणे महत्वाचे पडते. विहीर, बोअरवेल वगैरेतून पाणी उपसण्यासाठी इलेक्ट्रिक व डिझल पंपाचा वापर केला जातो. उपलब्ध पाण्याचा योग्य वापर करून कमी पाण्यात अधिक पिक घेण्यासाठी ठिबक सिंचन, तुषार सिंचन वगैरेचा वापर केला जातो. ठिबक सिंचन हे पाण्याची बचत करणारे तंत्रज्ञान असून याद्वारे वनस्पतीच्या किंवा रोपाच्या मुळाशी प्लास्टिक पाईपमधून हळूहळू व सातत्याने पाणी दिले जाते. यामुळे पिकाची उत्पादकता वाढण्यास मदत होते.

२) **माहिती तंत्रज्ञान :**

आजचे युग हे माहिती तंत्रज्ञानाचे युग आहे. विज्ञानाच्या प्रगतीबरोबरच माहिती तंत्रज्ञान क्षेत्राची प्रगती होत आहे. अलीकडील काळात विविध क्षेत्रात माहिती तंत्रज्ञानाचा वापर वाढत आहे. तसाच तो शेती क्षेत्रातही वाढत

आहे. माहिती तंत्रज्ञानामुळे शेतकऱ्याला उत्पादकता वाढविण्यासाठी आवश्यक असलेल्या बाबींची व कल्पनांची माहिती मिळते. माहिती तंत्रज्ञान हवामानाचा अंदाज व त्यातील बदल समजण्यास शेतकऱ्यांना उपयोगी पडते. माहिती तंत्रज्ञानामुळे खते, पाणी, कीटकनाशके, बियाणे वगैरेंचा पर्याप्त वापर शक्य होतो. शेतमालाच्या ऑनलाईन व्यापारास माहिती तंत्रज्ञानाची मदत होते. अलीकडील काळात देशात इंटरनेटचा प्रसार वाढत असल्याने माहिती तंत्रज्ञानाचा अवलंब वाढत आहे

३) जीपीएस तंत्रज्ञान :

शेतकऱ्यांकडून जीपीएस तंत्रज्ञानाचा (Global Positioning System Technology-GPS) वापर हळूहळू वाढत आहे. अर्थात याचा वापर प्रगत शेतकरीच करीत आहेत.

ट्रॅक्टरला जीपीएस डिव्हाईस जोडून मानवी श्रम न वापरता नांगरणी करता येते. नांगरणी, शेत तयार कारणे, पेरणी, पिकास पाणी देणे, खताचा वापर याबाबतीत शेतकऱ्यांकडून जीपीएस तंत्रज्ञानाचा वापर केला जाऊ शकतो. शेतकऱ्यांना विविध बाबतीत वेळ व पैसा यांची बचत करण्यात जीपीएस तंत्रज्ञानाची मदत होते.

४) नॅनो तंत्रज्ञान :

शेती क्षेत्रात नॅनो तंत्रज्ञान मोठ्या प्रमाणात उपयोगी आहे. शेतातील पिकांचे संरक्षण करण्यासाठी ते उपयुक्त आहे. ते पिकाच्या वाढीवर लक्ष ठेवण्यास आणि पिकावरील रोग निदान करण्यास उपयोगी पडते. इलेक्ट्रोस्कोपिंग सारखे तंत्र पिकाखालील जमिनीत खते आणि कीटकनाशके शोषून घेण्यास मदत करते. हे तंत्रज्ञान वनस्पती संप्रेरकांचा (hormones) अभ्यास करण्यास उपयुक्त आहे. तंत्रज्ञान वनस्पती आणि नियमांचा अभ्यास करण्यास उपयुक्त आहे. नॅनोबारकोड्स आणि नॅनोप्रोसेसिंग हे शेती उत्पादनांच्या गुणवत्तेची देखरेख करण्यासाठी उपयोगी आहे. पिकांवरील रोगजनक आणि व्हायरस शोधण्यास आणि मारण्यात कार्बन नॅनोटयूबज उपयोगी आहेत.

४.१.३ पीक विमा :

भारतात शेती हा प्रमुख व्यवसाय आहे. मात्र, शेती ही बेभरवशाची आहे. दुष्काळ, अतीवृष्टी, पूर यांसारख्या संकटापासून शेतकऱ्यांना संरक्षण देणे महत्त्वाचे आहे. याचे कारण या परिस्थितीत शेतकऱ्यांना फार मोठ्या प्रमाणात नुकसान सहन करावे लागते. या परिस्थितीत पिकांचे नुकसान होते. नैसर्गिक आपत्तीत शेतकऱ्यांना संरक्षण देणे आणि पुढील हंगामात त्यांची कर्ज घेण्याची पात्रता राखणे आवश्यक आहे. या हेतुने भारत सरकारने बहुसमावेशक पीक विमा योजना (Comperhensive Crop Insurance Scheme) संपूर्ण देशात सुरू केली. खरीप १९८५ पासून सुरू केलेल्या या योजनेत प्रमुख धान्य पिके, तेलबिया व डाळी यांचा समावेश होता.

सहकारी पतसंस्था, प्रादेशिक ग्रामीण बँकांसह व्यापारी बँका यांचा यात समावेश होतो. विमा रक्कम प्रती शेतकरी १०,००० रुपये ही कमाल मर्यादा विचारात घेऊन वितरित केलेल्या पीक कर्जा एवढी होती. त्यासाठी आकारलेला विम्याचा हप्ता भात व गहू यासाठी २ टक्के आणि डाळी व तेलबियासाठी १ टक्का होता.

ही पीक विमा योजना १५ राज्ये आणि २ केंद्रशासित प्रदेशात लागू केली होती. या योजनेतील सहभाग ऐच्छिक होता. जवळपास प्रती वर्ष ५ दशलक्ष शेतकरी या योजनेखाली समाविष्ट केले गेले. १९८५ ला ही योजना सुरू झाल्यापासून १९९७-९८ रब्बी पर्यंत ६५ लाख शेतकरी या योजनेखाली आले. जमा केलेल्या केवळ ३१३ कोटी रुपयांच्या विमा हप्त्यांच्या बदल्यात दाव्यापोटी १,६२३ कोटी रुपये एवढी एकूण रक्कम देण्यात आली. या योजनेतील तोटा केंद्र व राज्य सरकारने २:१ या प्रमाणात भरून काढला.

या योजनेच्या बाबतीतील एक प्रमुख त्रुटी ही होती की संपूर्ण भारतातील एकूण १,६२३ कोटी रुपयांच्या एकूण दाव्यापैकी ४९ टक्के दावे एकट्या गुजरात राज्यातील आणि केवळ भुईमुग या पिकासाठी होते. ही योजना १९९७ मध्ये बंद करण्यात आली.

भारत सरकारने १९९७-९८ मध्ये प्रायोगिक पीक विमा योजना सुरू केली. विशिष्ट पिकासाठी व जिल्ह्यासाठी असलेल्या या योजनेत ५ राज्यातील १४ जिल्ह्यातील ५ लाख शेतकऱ्यांना १७२ कोटी रुपयांसाठी समावेश केला. ३ कोटी रुपये विम्याच्या गोळा केलेल्या हप्त्यांच्या बदल्यात ४० कोटी रुपयांचे दावे स्विकारण्यात आले. त्याचवर्षी सरकारने ही योजना बंद केली.

भारत सरकारने राष्ट्रीय कृषी विमा योजना (National Agricultural Insurance Scheme) १९९९-२००० मध्ये सुरू केली. या नवीन योजनेत सर्व अन्न पिके (तृणधान्ये व डाळी) तेलबिया, फळपिके व व्यापारी पिके यांचा समावेश करण्यात आला. विम्याचे हप्ते पिकानुसार १.५ ते ३.५ टक्के या दरम्यान ठरविण्यात आले. २०११-१२ मध्ये १६.७ दशलक्ष शेतकऱ्यांचा समावेश करण्यात आला. विम्याची रक्कम ३३,९९८ कोटी रुपये होती आणि विमा चार्जेस १,००४ कोटी रुपये होते. जानेवारी २०१२ ला १,५३८ कोटी रुपये दाव्यापोटी देण्यात आले. सध्या २५ राज्ये आणि २ केंद्रशासित प्रदेशात या योजनेची अंमलबजावणी चालू आहे.

भारत सरकारने २०१२-१३ ते २०१७-१८ या काळात विविध पीक विमा योजनेखाली दिलेला निधी तक्ता ४.१ मध्ये दिला आहे.

तक्ता ४.१ : पीक विमा योजनेवरील भारत सरकारचा खर्च

(कोटी रुपये)

वर्ष	खर्च
२०१२-१३	१५४९.६८
२०१३-१४	२५५१.५२
२०१४-१५	२५९८.३५
२०१५-१६	२९८२.४७
२०१६-१७	१००५४.६३
२०१७-१८*	८०५८.७५

*२०.१२.२०१७ रोजी

स्रोत : Annual Report 2017-18, Ministry of Agricultural & Farmers Welfare, Government of India.

भारत सरकारचा पीक विमा योजनेवरील खर्च २०१२-१३ ते २०१६-१७ या काळात सातत्याने वाढत गेलेला आहे. या काळात तो १५४९.६८ कोटी रुपयांवरून १००५४.६३ कोटी रुपये झाला आहे. भारतात राबविण्यात येत असलेल्या पीक योजनेची माहिती पुढे दिली आहे.

प्रधानमंत्री पीक विमा योजना :

राज्य सरकारे, शेतकरी संघटनेचे प्रतिनिधी यांच्यासह विविध भागाधारकांशी (stakeholders)केलेल्या सविस्तर चर्चेनंतर भारत सरकारने सुरु केलेली प्रधानमंत्री पीक विमा योजना (प्रधानमंत्री फसल बिमा योजना) ही नवी पीक विमा योजना खरीप २०१६ पासून राबविण्यात येत आहे.

प्रधानमंत्री पीक विमा योजना टाळता न येण्याजोग्या नैसर्गिक आपत्तीमुळे होणाऱ्या पिकांच्या नुकसानी विरुद्ध व्यापक विमा संरक्षण पुरविते आणि त्यातून शेतकऱ्यांच्या उत्पन्नात स्थिरता आणण्यास मदत करते व त्यांना नवनवीन पद्धतींचा अवलंब करण्यास प्रोत्साहन देते.

या योजनेमध्ये सर्व अन्न व तेलबियांच्या पिकांचा आणि ज्यांची मागील उत्पादन आकडेवारी उपलब्ध आहे अशा वार्षिक व्यावसायिक किंवा फलोत्पादन पिकांचा समावेश आहे.

ही पीक विमा योजनो अधिसूचित पिकांसाठी पीक कर्ज किंवाकिसान क्रेडीट कार्ड कर्ज घेतलेल्या कर्जदार शेतकऱ्यांसाठी सक्तीची आहे. इतर कर्ज न घेतलेल्या परंतू अधिसूचित पिकांसाठी विमा उतरविण्यात रस असलेल्या शेतकऱ्यांकरिता ऐच्छिक आहे.

या योजनेची अंबलबजावणीयादीतील कृषी विमाकंपनी, वजनरल इन्शुरर्स पब्लिक सेक्टर असोसिएशनच्या (General Insurers' Public Sector Association-GIPSA) सर्व चार विमा कंपन्याकंपन्यांसह इतर खासगी सर्वसाधारण विमा कंपन्या अशा यादीतील १८ सर्वसाधारण विमा कंपन्यांकडून राबविली जात आहे. अंबलबजावणी करणाऱ्या एजन्सीची निवड संबंधित राज्य सरकारद्वारे बोली प्रक्रियेद्वारे केली जात आहे.

'एरिया अॅप्रोच बेसिस' वर ही योजना लागू केली गेली आहे. विम्याचे एकक मुख्य पिकांसाठी गाव किंवा ग्रामपंचायत पातळी आणि इतर पिकांसाठी ते गाव किंवा ग्रामपंचायत पातळीपेक्षा मोठ्या आकाराचे असू शकते.

४.१.४ जल (पाणी) व्यवस्थापन :

जल किंवा पाणी ही महत्त्वपूर्ण नैसर्गिकसाधनसामग्री आहे. जल साधनसामग्री ही नुतनीकरणशील साधनसामग्री आहे. प्राणी व वनस्पतींच्या दृष्टीने पाण्याचे महत्त्व अनन्यसाधारण आहे. इतर प्राणी व वनस्पतीप्रमाणेच मानवाचे अस्तित्व पाण्याशी निगडित आहे. वाढत्या लोकसंख्येमुळे दिवसेंदिवस पाण्याचा वापर वाढत चालला आहे. तसेच शेत व उद्योग क्षेत्रासाठी पाणी आवश्यक आहे. मानव, विविध प्राणी, वनस्पती, शेती व उद्योग क्षेत्र यांना पुरेशा प्रमाणात पाणी उपलब्ध होण्यासाठी आणि पाण्याच्या कार्यक्षम वापरासाठी जल व्यवस्थापन महत्त्वाचे आहे.

व्याख्या :

१) जल व्यवस्थापन म्हणजे धोरणे आणि नियमानुसार जल साधनसामग्रीचे व्यवस्थापन होय. (Water management is the management of water resources under set policies and regulations.)

२) जल साधनसामग्री व्यवस्थापन ही जलसाधनसामग्रीच्या पर्याप्त वापराचे नियोजन, विकास, वितरण आणि व्यवस्थापन करण्याची क्रिया आहे (Water resource management is the activity of planning, developing, distributing and managing the optimum use of water resources.)

जल व्यवस्थापन महत्वाचे आहे कारण ते भावी सिंचन अपेक्षा निश्चित करण्यास मदत करते. जल व्यवस्थापन हे आंतरशाखीय क्षेत्र असून ते जल साधनसामग्रीशी संबंधित आहे. या क्षेत्रातील लोक ज्यांना गरज आहे त्या लोकांना स्वच्छ व पिण्यायोग्य पाणी उपलब्धतेची खात्री देण्याशी संबंधित आहेत. जल व्यवस्थापन हे पाण्याचा पुरवठा, सांडपाण्याची व्यवस्था, टाकाऊ पाण्याचे शुद्धीकरण, वाहतूक , जल, ऊर्जा वापर, पुरापासून संरक्षण अशा अनेक बाबींशी निगडित आहे. पाण्याची संख्या व गुणवत्तेस अनुसरुन असलेली समाजाची गरज विचारात घेऊन निसर्गाकडून उपलब्ध होणाऱ्या पाण्याची विभागणी योग्य वेळेत व योग्य ठिकाणी करण्याचा समावेश जल व्यवस्थापनात होतो. मानवाच्या विविध व्यवहारांमुळे पाणी प्रभावित होते. प्रत्येक राज्याच्या पर्यावरण विषयक धोरणाचे महत्त्वाचे ध्येय जल संरक्षण हे आहे. आर्थिक वृद्धीच्या प्रक्रियेत जल व्यवस्थापनावर लक्ष केंद्रित केले पाहिजे.

ठिबक सिंचन व तुषार सिंचन यासह सूक्ष्म जलसिंचन हे जल साधनसामग्रीच्या कार्यक्षम व्यवस्थापनासाठीचे प्रभावी साधन म्हणून उदयास आले असून ते पाणी, खते आणि विजेची बचत करतात. फळबागांसाठी (उदा. केळी, द्राक्ष, आंबा इत्यादी) आणि ऊसासाठी ठिबक सिंचन योग्य आहे. ठिबक सिंचनामुळे २५-६० टक्के पाण्याची बचन होते आणि उत्पादनात ६० टक्के वाढ होते. तुषार सिंचन अन्नधान्याच्या पिकाखाली असलेल्या चढउताराच्या जमीनसाठी उपयुक्त असून ते २५-३३ टक्के पाण्याची बचत करते.

शेतीमधील पाणी व्यवस्थापनाशी निगडित मुख्य आव्हान म्हणजे जल वापराची कार्यक्षमता आणि त्याची शाश्वतता सुधारणे हे होय. पुढील गोष्टीद्वारे हे साध्य करता येते.

१) सिंचनाद्वारे पिक पाणी उत्पादकतेत म्हणजेच पाण्याच्या प्रति एककामागे पिकाच्या उत्पादनात वाढ करणे,

२) बाष्पीभवनामुळे होणारे पाण्याचे नुकसान कमी करणे,

३) माती आणि जल व्यवस्थापन पद्धतींद्वारे वनस्पतीच्या मुळाना पाणी देणे,

भारत मोठ्या प्रमाणात पाणी संकटाला तोंड देत आहे. सध्या ६०० दशलक्ष लोक टोकाच्या पाणी समस्येस तोंड देत आहेत आणि दरवर्षी सुमारे २ लाख लोक शुद्ध व सुरक्षित पाण्याच्या उपलब्धतेच्या कमतरतेमुळे मरण पावतात. देशातील सुमारे तीन चतुर्थांश कुटुंबाना त्यांच्या आवारात पिण्याचे पाणी नाही. सुमारे ७० टक्के पाणी प्रदूषित झाले आहे. तसेच १२२ देशांच्या जल गुणवत्ता निर्देशांकात भारत १२० व्या स्थानावर आहे.

पाणी राज्य पातळीवरचा विषय आहे आणि त्याचा पर्याप्त उपयोग आणि व्यवस्थापन प्रामुख्याने राज्याच्या अखत्यारीत येते. जल साधनसामग्रीची मर्यादित उपलब्धता आणि पाण्याची वाढती मागणी लक्षात घेऊन जल साधनसामग्रीच्या शाश्वत व्यवस्थापन प्रक्रियेस महत्व प्राप्त झाल आहे. यापुढे पाणी संकट आणखी वाईट होणार आहे. २०३० पर्यंत देशातील पाण्याची मागणी उपलब्ध पुरवठ्यापेक्षा दुप्पट होणे अपेक्षित आहे. त्यामुळे शेकडो दशलक्ष लोकांना गंभीर स्वरूपाच्या पाणी टंचाईस तोंड द्यावे लागणार आहे आणि देशाच्या स्थूल राष्ट्रीय उत्पादनात ६ टक्के नुकसान होण्याची शक्यता आहे.

जल साधनसामग्री मंत्रालयाच्या (MoWR) एकीकृत जल साधनसामग्रीसाठीच्या राष्ट्रीय आयोगाच्या अवहालानुसार २०५० मध्ये पाण्याची गरज ११८० बिलीयन क्युबीक मीटर असेल. सध्या ही उपलब्धता ६९५ बिलीयन क्युबीक मीटर एवढी आहे. जल साधनसामग्री व वापर याविषयीची आपली समज अधिक सखोल करण्याची आणि आपला पाण्याचा वापर कार्यक्षम व शाश्वत होण्यासाठी हस्तक्षेप करण्याची गरज आहे. नीती आयोगाने वाढत्या संकटाच्या पार्श्वभूमीवर भारतीय राज्यांमध्ये प्रभावी जल व्यवस्थापन सक्षम करण्यासाठी संयुक्त जल व्यवस्थापन निर्देशांक (CWMI) विकसित केला आहे.

संयुक्त जल व्यवस्थापन निर्देशांक (CWMI) हे भारतातील पाण्याच्या आकडेवारीवर आधारित निर्णय घेण्याची संस्कृती निर्माण करण्याच्या दिशेने प्रमुख पाऊल आहे. ते देशाच्या जल प्रशासन आणि व्यवस्थापनामध्ये 'स्पर्धात्मकता आणण्यास प्रोत्साहन देवू शकते.

जल निर्देशांक गुण (scores) वेगवेगळ्या राज्यांमध्ये वेगवेगळा आहे. परंतु बऱ्याच राज्यांनी ५० टक्क्या पेक्षा कमी अंक प्राप्त केले आहेत. त्यांच्या जल साधनसामुग्री व्यवस्थापन पद्धतींमध्ये लक्षणीय सुधारणा होऊ शकते. २०१६-१७ साठी जल निर्देशांक गुण ७६ (गुजरात) ते २६ (मेघालय) या दरम्यान होते. सर्वात उच्च कामगिरी गुजरातची असून त्यापाठोपाठ मध्य प्रदेश, आंध्र प्रदेशचा क्रम आहे.

४.१.५ कृषी-व्यवसाय :

कृषी व्यवसाय म्हणजे कृषी उत्पादनाचा व्यवसाय होय. कृषी व्यवसाय ही संज्ञा गोल्डबर्ग आणि डेव्हिस यांनी १९५७ मध्ये मांडली. कृषी व्यवसायात कृषी रसायने, प्रजनन, पीक उत्पादन, शेती यंत्रसामुग्री प्रक्रिया आणि बियाणे पुरवठा तसेच विपणन व किरकोळ विक्री यांचा समावेश आहे. कृषी व्यवसाय म्हणजे कृषी व व्यवसाय यांचे एकत्रीकरण असून यात आधुनिक अन्न उत्पादनात अंतर्भूत असणारे व्यवहार व विषय यांचा समावेश होतो. भारतात कृषी व्यवसायास मोठ्या प्रमाणात वाव आहे. भारतातील कृषी व्यवसायाच्या संधी पुढीलप्रमाणे स्पष्ट करता येतील.

१) उत्पादन :

उत्पादन क्षेत्रात भारतात कृषी व्यवसायास मोठ्या प्रमाणात संधी आहे. अधिक उत्पादन देणाऱ्या बियाण्यांचे उत्पादन, उच्च दर्जाचे लागवड साहित्य, नर्सरी, सेंद्रिय शेतीतील उत्पादने वगैरे क्षेत्रात कृषी व्यवसायास संधी आहेत. भारतातील विविध भागात हवामान, मृदा वगैरे बाबतीत फरक आहे. त्यामुळे विविध प्रकारची फळे, फुले, भाजीपाला, अन्नधान्य यांचे सेंद्रिय पद्धतीने उत्पादन घेणे शक्य आहे. अलीकडील काळात लोक स्वतःच्या आरोग्याच्या बाबतीत जागृत झालेत. रासायनिक शेतीतील उत्पादनांपेक्षा सेंद्रिय उत्पादनांचा आहारातील वापर वाढत आहे. त्यामुळे या क्षेत्रात कृषी व्यवसायास मोठ्या प्रमाणात संधी आहेत.

२) प्रक्रिया :

भारतात वेगवेगळी फळे, फुले, भाजीपाला, अन्नधान्य यांचे उत्पादन होते. यातील अनेक उत्पादनांवर प्रक्रिया करणे शक्य असल्याने प्रक्रिया क्षेत्रात कृषी व्यवसायास मोठ्या प्रमाणात संधी आहेत. अनेकदा देशात मागणीच्या तुलनेत अधिक शेतमालाचे उत्पादन होते. बराचसा शेतमाल नाशवंत असल्याने अधिक उत्पादन झाल्यास तो शेतमाल फेकून देण्याची पाळी शेतकऱ्यांवर येते. कांदे, टोमॅटो अशा अनेक प्रकारचा शेतमाल फेकून दिल्याची उदाहरणे नेहमीच पाहायला मिळतात. अशा परिस्थितीत प्रक्रिया उद्योगांना मोठी संधी आहे व ती काळाची गरजही आहे. ज्या भागात जो शेतमाल तयार होतो तेथे त्या शेतमालावर प्रक्रिया करणारे उद्योग सुरु केल्यास शेतकऱ्यांच्या शेतमालाला योग्य भाव मिळेल, ग्रामीण भागात रोजगार संधी मिळतील व ग्रामीण भागात औद्योगिकरणाला गती मिळेल.

३) पायाभूत सुविधा :

भारतात शेतीशी संबंधित पायाभूत सुविधा निर्मिती क्षेत्रात कृषी व्यवसायास मोठ्या प्रमाणात संधी आहे. ग्रामीण भागात मुळातच पायाभूत सुविधांची कमतरता आहे. शेतीशी संबंधित पायाभूत सुविधांची कमतरता अधिक मोठ्या प्रमाणात आहे. कोल्डस्टोरेजसह कोल्ड चेन पायाभूत सुविधा क्षेत्रात कृषी व्यवसायास मोठ्या प्रमाणात संधी आहे. 'कोल्ड चेन' म्हणजे कापणीच्या हंगामापासून किंवा उत्पादन झाल्यापासून ते उपभोगापर्यंत उत्पादन विशिष्ट कमी-तापमान श्रेणीमध्ये राखण्यासाठीच्या कृती व उपकरणांची मालिका होय. 'कोल्ड चेन' म्हणजे तापमान-नियंत्रित पुरवठा साखळी होय. शीतगृहांची मोठ्या प्रमाणात गरज आहे. तसेच शीतगृहातील उत्पादने, गोठलेले किंवा फ्रोजन अन्न, मासे वगैरेंसाठीच्या वाहतूक व्यवस्थेची मोठ्या प्रमाणात गरज आहे.

४) व्यापार व इतर :

करार शेतीसह करार व्यवस्थेद्वारा खरेदी, पुरवठा साखळी व्यवस्थापन (Supply chain management), कृषी व्यवसायातील मानवी साधनसामुग्री विकासासह क्षमता बांधणी वगैरेना देशात संधी आहे.

४.२ भारतातील अन्न सुरक्षा :

अन्न ही मानवी जीवनाची मूलभूत गरज असून त्याची योग्य वेळी व योग्य प्रमाणात मानवास उपलब्धता होणे आवश्यक असते. अन्न सुरक्षा ही संज्ञा जनतेस अन्नाची म्हणजेच अन्नधान्याची उपलब्धता करून देण्याशी संबंधित आहे. आधुनिक काळात 'अन्न सुरक्षा' हा परवलीचा शब्द झाला असून प्रत्येक देश आपल्या जनतेस अन्न सुरक्षेची प्राप्ती करून देण्यासाठी धोरणे आखत आहे.

४.२.१ अर्थ :

अन्न सुरक्षा म्हणजे जनतेस अन्नाची उपलब्धता करणे आणि प्रत्येक व्यक्तीस ते सहज साध्य होईल अशी व्यवस्था करणे होय.' देशातील जनतेस सक्रीय व आरोग्यदायक जीवन जगण्यासाठी पुरेसे, पोषक, सुरक्षित आणि तिच्या आरोग्यविषयक गरजा भागविणारे व तिच्या पसंतीनुरुप योग्य असे अन्न पुरेशा प्रमाणावर व सातत्याने मिळविणे सहज शक्य असेल तर अन्न सुरक्षेची स्थिती अस्तित्वात आहे असे म्हटले जाते. यावरून अन्न सुरक्षेचा संबंध पुरेसे व पोषक अन्न, जनतेच्या आहारविषयक गरजा, या अन्नाची उपलब्धता व सहजसाध्यता व जनतेची क्रयशक्ती किंवा आर्थिक क्षमता या घटकांशी निगडित आहे. विकसनशील देशांमध्ये सुमारे ६० ते ७० टक्के लोकसंख्या दारिद्र्य रेषेखाली राहते. तिची क्रयशक्ती कमी असते. त्यातच देशांतर्गत कृषी उत्पादनही पुरेसे नसते त्यामुळे या लोकसंख्येस पुरेशा प्रमाणात अन्नाची उपलब्धता होत नाही. अशावेळी अन्न सुरक्षेसाठी दीर्घकालीन धोरणे आखावी लागतात. दक्षिण आशिया, आग्नेय आशिया, आफ्रिकेतील सहारा वाळवंटी प्रदेश या भागात दारिद्र्य, कुपोषण यामुळे अन्न सुरक्षेचा प्रश्न गंभीर आहे. भूक आणि उपासमार या समस्यांनी येथील जनता त्रस्त आहे. या समस्येचे निवारण करण्यासाठी तेथील सरकारे प्रयत्न करत असून त्यात संयुक्त राष्ट्रसंघटना व जागतिक अन्न संघटना मदत करत आहेत. प्रगत राष्ट्रांमध्ये कमी लोकसंख्या व पुरेसे कृषी उत्पादन यामुळे तेथील जनतेस पोषक अन्नाचा पुरेशा प्रमाणावर पुरवठा करणे शक्य होते. त्यामुळे तेथे अन्न सुरक्षेच्या संदर्भात समाधानकारक स्थिती आढळते. संयुक्त राष्ट्रसंघटनेच्या अन्न आणि कृषीविषयक संघटनेच्या सन २००३ च्या अहवालानुसार जगभरातील सुमारे ८५२ दशलक्ष लोक तीव्र स्वरुपाच्या उपासमारीच्या समस्येने ग्रस्त आहेत.

४.२.२ भारतातील अन्नसुरक्षा :

स्वातंत्र्योत्तर काळात पहिल्या दोन दशकात भारतात वाढती लोकसंख्या, शेतीचे अपुरे उत्पादन या कारणांमुळे लोकसंख्येच्या अन्नविषयक गरजा भागविण्याचा प्रश्न गंभीर होता. याकाळात भारत अन्नधान्याच्या बाबतीत परकीय मदतीवर अवलंबून होता. यावर मात करण्यासाठी भारतात शेती विकासाच्या संदर्भात हरित क्रांतीच्या धोरणाचा पुरस्कार केला गेला. त्यातून देशाला अन्नधान्याच्या उत्पादनात स्वयंपूर्ण करण्यासाठी जाणीवपूर्वक प्रयत्न केले गेले. तीन टप्प्यातील या हरित क्रांतीच्या प्रयोगामुळे भारताने कृषी उत्पन्नात आघाडी घेतली. आज कृषी उत्पादनाच्या बाबतीत भारत स्वयंपूर्ण झाला आहे. भारताची लोकसंख्या १०० कोटींच्यावर पोहोचली असली तरीही या प्रचंड लोकसंख्येला पुरेल इतके अन्नधान्य उत्पादन भारतात होते. गेल्या काही वर्षात देशात भूकबळीच्या घटनांचे प्रमाण खूपच कमी झाले आहे. तरीही उपासमार,कुपोषण या समस्या आहेतच आणि त्यावर उपाययोजनाही केल्या जात आहेत. सन २००३ च्या राष्ट्रीय कृषीविषयक धोरणात अन्न सुरक्षेच्या उद्दिष्टाचा समावेश करण्यात आला. त्यानुसार जनतेला सकस, दर्जेदार अन्नधान्यांचा नियमित पुरवठा होण्यासाठी उपाययोजना सुचवून त्यानुसार दीर्घकालीन धोरण तयार करण्यात आले.

४.२.३ अन्नसुरक्षेचे उद्दिष्ट प्राप्त करण्यातील समस्या :

अलीकडच्या काळात जगातील सर्वच देशांमध्ये आपल्या देशातील जनतेस अन्न सुरक्षा पुरविण्याची धोरणे आखली गेली आहेत व त्यानुसार विविध कार्यक्रम राबविले गेले आहेत; परंतु विविध कारणांमुळे ही उद्दिष्ट्ये प्राप्त करण्यात अडचणी येत आहेत. त्यांची माहिती पुढीलप्रमाणे :

१) अपुरे उत्पादन :

जगातील अनेक देशांमध्ये कृषी क्षेत्र अविकसित अवस्थेत असून त्यातून मिळणारे उत्पादन अपुरे आहे. त्यामुळे तेथील जनतेच्या गरजा भागविणे शक्य होत नाही. त्यामुळे तेथे जनतेस अन्न सुरक्षा पुरविणे शक्य होत नाही.

२) वितरणातील समस्या :

बऱ्याच अविकसित देशांमध्ये सार्वजनिक वितरण व्यवस्था कार्यक्षम नसते. त्यामुळे जनतेच्या गरजेनुसार अन्नधान्यांचे वितरण केले जात नाही. तेथे अन्नधान्याची उपलब्धता असूनही ते जनतेपर्यंत पोहोचत नाही. उदा. आफ्रिकेतील अनेक देशांमध्ये यादवी युद्धे, बंड, राजकीय उलथापालथ या कारणांमुळे सार्वजनिक वितरण व्यवस्थाच अस्तित्वात नसते. त्यामुळे जनतेमध्ये अन्नधान्याचे वितरण कार्यक्षमपणे करता येत नाही.

३) प्रचंड/अतिरिक्त लोकसंख्या :

सर्वच मागास देशांमध्ये लोकसंख्या वाढीचा दर जास्त असतो. देशातील साधनसामग्रीच्या मानाने लोकसंख्या जास्त असते. त्यामुळे या लोकसंख्येला पुरेल इतक्या अन्नधान्याचे उत्पादन करता येत नाही. परिणामी, बहुसंख्य जनतेस अर्धपोटी राहावे लागते. त्यामुळे या देशांमध्ये अन्न सुरक्षेचा प्रश्न गंभीर होतो.

४) पाण्याची समस्या :

पाणी हा शेती उत्पादनासाठी अत्यावश्यक घटक आहे. जगातील अनेक देशांमध्ये पाण्याचा अतिरिक्त वापर केला गेल्यामुळे आता पाण्याचे दुर्भिक्ष्य जाणवत आहे. पिण्याच्या पाण्याच्या कमतरतेबरोबरच शेतीसाठी पाणीपुरवठ्याची समस्या भेडसावत आहे. भारत, चीन, अमेरिका अशा देशांमध्ये जलसिंचनाचा अतिरिक्त वापर केला जात असल्याने भविष्यकाळात या देशांना अभूतपूर्व पाणी टंचाईला तोंड द्यावे लागण्याची भीती व्यक्त करण्यात येत आहे. त्यामुळे तेथील शेती उत्पादनातही मोठी घट होण्याची शक्यता आहे. अफगाणिस्तान, पाकिस्तान, मेक्सिको अशा देशांना अन्नधान्य उत्पादनातील घटीमुळे अन्नधान्याच्या आयातीवर अवलंबून राहण्याची वेळ येत आहे.

५) जमिनीची धूप आणि वाळवंटीकरण :

प्रचलित सधन शेतीपद्धतीमुळे जमिनीची धूप होण्याचे, त्या क्षारपड होण्याचे प्रमाण वाढत आहे. त्यामुळे जमिनीची सुपिकता कमी होऊन कृषी उत्पादनात घट होते. तसेच जगातील बहुतेक सर्व वाळवंटी प्रदेशांचा विस्तार होऊन जमिनींचे वाळवंटीकरण होत आहे. आफ्रिकेत वरील दोन्ही समस्या तीव्र स्वरुपाच्या आहेत. त्यांच्यावर वेळीच उपाययोजना केल्या नाहीत तर तेथील कृषी उत्पादनात प्रचंड घट होईल. एका अंदाजानुसार आफ्रिकेत सन २०२५ पर्यंत केवळ २५% इतक्या लोकसंख्येला पुरेल इतकेच अन्नधान्य उत्पादन घेता येऊ शकेल.

६) वातावरणीय बदल :

गेल्या काही दशकात प्रदूषण वाढ, हरितगृह परिणाम इत्यादीमुळे जागतिक वातावरणात बदल होत आहेत. तापमानवाढ, हवामान बदल, आम्ल पर्जन्य इत्यादींमुळे कृषी उत्पादनावर विपरीत परिणाम होत आहेत. त्यामुळे शेती उत्पादनात घट होत आहे.

७) हुकूमशाही सरकारे :

जगातील अनेक देशात हुकूमशाही सरकारे अस्तित्वात आहेत. शिवाय अनेक भागांवर युद्धखोर नेत्यांचे वर्चस्व आहे. ही सरकारे व हे नेते अन्नधान्याचा उपयोग एक राजकीय हत्यार म्हणून करतात. तेथील अन्नधान्याच्या साठ्यांवर त्यांचे नियंत्रण असते. त्याचे वितरण केवळ त्यांच्या समर्थकांना केले जाते. विरोधकांना नमविण्यासाठी त्यांचा अन्नधान्यपुरवठा रोखला जातो तसेच किमतींवरही या सरकारांचे व नेत्यांचेच नियंत्रण असते. त्यामुळे सरसकट सर्व लोकांना अन्नधान्याचे न्याय्य वाटप होऊ शकत नाही.

८) दारिद्र्य :

तिसऱ्या जगातील जनतेमध्ये दारिद्र्याचे प्रमाण मोठे आहे. दारिद्र्यामुळे त्यांची क्रमशक्ती कमी असते. त्यामुळे त्यांना शरीरपोषणासाठी आवश्यक तेवढेही अन्न खरेदी करता येत नाही. बहुसंख्य जनतेस उपाशी किंवा अर्धपोटी

राहावे लागते. त्यामुळे तेथे परिणामकारक ठरणारी दीर्घकालीन स्वरुपाची अन्न सुरक्षाविषयक धोरणे राबवावी लागतात.

९) आंतरराष्ट्रीय स्वरूपाचे व्यवहार :

अलीकडच्या काळात एका नव्या प्रवृत्तीचा उदय झाला आहे. अनेक श्रीमंत देश व बलाढ्य बहुराष्ट्रीय कंपन्या गरीब व मागास देशांमध्ये मोठ्या प्रमाणावर जमिनी खरेदी करत आहेत. हा नववसाहतवादाचाच एक प्रकार होय. उदा. दक्षिण कोरीयातील देवू लॉजिस्टीक या कंपनीने जैवइंधनाच्या निर्मितीसाठी मादागास्करमध्ये हजारो हेक्टर जमीन खरेदी केली, लिबियाने युक्रेनमधील २,५०,००० हेक्टर जमीन खरेदी केली. अनेक श्रीमंत अरब गुंतवणूकदार सुदान, इथिओपीया, युक्रेन, कझाकिस्तान, थायलंड व पाकिस्तानमध्ये व्यापारी उपयोगासाठी जमिनी खरेदी करत आहेत. या कारणामुळे कृषी उत्पादनात घट होऊन सर्वसामान्य जनतेस अन्नधान्याची कमतरता जाणवण्याची समस्या तीव्र स्वरुपाची होत आहे.

४.२.४ भारतातील अन्नसुरक्षा विधयेकातील तरतुदी :

देशातील जनतेला भूकमुक्त करण्यासाठी तयार केलेले अन्न सुरक्षा विधेयक लोकसभेमध्ये झालेल्या प्रदीर्घ चर्चेनंतर मंजूर झाले. हे विधेयक मंजूर झाल्यामुळे देशातील गरिबांना त्यांच्या खरेदी करण्याच्या क्षमतेनुसार स्वस्त दरात धान्य उपलब्ध होणार आहे. या विधेयकामुळे आपल्या देशातील ८० कोटी जनतेला लाभ मिळणार आहे. याचाच अर्थ असा की ग्रामीण भागातील ७५ टक्क्यांहून अधिक आणि शहरी भागातील ५० टक्के जनतेला आता स्वस्त दरात अन्नधान्य उपलब्ध होणार आहे. सर्वात महत्त्वाची बाब म्हणजे आता अन्नधान्य मिळणे हा गरिबांचा अधिकार झाला आहे.

काँग्रेस अध्यक्ष सोनिया गांधी यांचे हे स्वप्न जवळजवळ पूर्ण झाले आहे. त्यांच्या आग्रहातून तयार झालेले अन्न सुरक्षा विधेयक मंजूर होणे हे केवळ सरकारसाठीच नव्हे तर संपूर्ण देशासाठी महत्त्वाचे होते. त्यामुळेच ज्या वेळी या विधेयकावर लोकसभेत चर्चा सुरू झाली त्यावेळी या चर्चेकडे संपूर्ण देशासाचे लक्ष लागून राहिले होते. अन्न सुरक्षा कायदा होणे ही आता केवळ औपचारिकता राहिली असून हा कायदा लवकरच लागू होणार आहे. या कायद्यामुळे देशातील गरीब जनतेला अतिशय स्वस्त दरात अन्नधान्य मिळण्यामुळे त्या अनुषंगाने इतरही फायदे होणार आहेत.

१) अन्न सुरक्षेमुळे कुपोषणमुक्ती :

देशातील गरीब जनतेपैकी अनेकांमध्ये आढळणारी कुपोषणाची समस्या दूर करणे, विशेषत: गर्भवती आणि अर्भकांना स्तनपान करणाऱ्या माता व सहा वर्षापर्यंतची बालके यांच्यामध्ये आढळणारे कुपोषण दूर करणे हा या विधेयकाचा प्रमुख उद्देश आहे. अंगणवाडी व भारत सरकारच्या इतर अनेक योजनांच्या माध्यमातून त्यांना आता पुरेशा प्रमाणात अन्न उपलब्ध होणार आहे. माध्यान्ह भोजन योजनेच्या माध्यमातून सहा ते १४ वयोगटांतील बालकांना त्यांच्या शाळेत दररोज गरमागरम जेवण मोफत दिले जाते. या विधेयकांतर्गत माध्यान्ह भोजन योजनेचाही समावेश असणार आहे.

२) ८० कोटी लोकांना फायदा :

या कायद्यामुळे आपल्या देशातील १२० कोटींहून अधिक जनतेपैकी ८० कोटी जनतेला परवडेल अशा दरात अन्नधान्याचा पुरेसा साठा उपलब्ध होणार आहे. यामुळे देशातील ग्रामीण भागातील ७५ टक्के आणि शहरे व नगरांतील ५० टक्के जनतेला त्याचा फायदा मिळणार आहे. या कायद्यानुसार पात्र ठरणाऱ्या कुटुंबातील प्रत्येक व्यक्तीला दर महिन्याला सरकारच्या सार्वजनिक वितरण प्रणालीच्या दुकानांतून पाच किलो धान्य उपलब्ध केले जाणार आहे. त्यांना गहू तीन रुपये किलो, तांदूळ दोन रुपये किलो आणि दळण्यासाठी वापरले जाणारे भरड धान्य केवळ एक रुपये किलो दराने मिळणार आहे.

३) पात्र कुटुंबांसाठी जनगणनेचा आधार :

राज्य सरकार आणि केंद्र सरकार पात्र कुटुंबाची निवड करणार आहेत. त्यासाठी ते स्वत:चे नियम तयार करतील किंवा सामाजिक, आर्थिक आणि जातिनिहाय जनगणनेमधील आकडेवारीचा वापर करतील. केंद्र सरकारच्या जनगणनेच्या आधारे राज्यातील लाभार्थ्यांच्या एकूण संख्येची मोजणी करण्यात येईल. निवड झालेल्या कुटुंबांच्या नावांची यादी सर्वांना समजेल अशा प्रकारे योग्य ठिकाणी प्रदर्शित करण्याची जबाबदारी राज्य सरकारच्या कार्यालयाची आहे.

४) अंत्योदयच्या लाभार्थ्यांना सामावले जाणार :

अंत्योदय योजनेच्या लाभार्थ्यांना या योजनेत सामावून घेतले जाणार आहे आणि त्या अंतर्गत मिळणारा ३५ किलो धान्याचा पूर्ण कोटा अतिशय कमी केलेल्या अनुदानित दरामध्ये मिळणार आहे. त्यामुळे अंत्योदय योजनेच्या लाभार्थ्यांचा कोटा कोणत्याही प्रकारे कमी होणार नाही.

५) अपुरा पुरवठा झाल्यास भत्त्याची तरतूद :

जर स्वस्त धान्य दुकानांमध्ये अन्नधान्याच्या अपुऱ्या पुरवठ्यामुळे लोकांना त्यांचा कोटा मिळाला नाही, तर लाभार्थ्यांना संबंधित राज्य सरकारकडून अन्न सुरक्षा भत्ता दिला जाणार आहे. राज्य सरकार या मुद्यांवर निर्णय घेईल.

६) गर्भवती महिलांसाठी विशेष सुविधा :

देशातील अनेक महिलांना ॲनेमियाची (रक्तक्षय) समस्या आहे. लोहाची कमतरता त्यांच्यात आढळते. ही समस्या दूर करण्यासाठी गर्भवती महिलांवर लक्ष केंद्रित करण्यात आले आहे. कारण त्यांच्या स्वत:च्या आरोग्यासाठीच नव्हे तर त्यांच्या उदरात वाढणाऱ्या गर्भाच्या आरोग्यासाठीही त्यांनी सकस अन्न खाण्याची गरज असते. या महिलांना त्यांच्या गर्भारपणाच्या काळात आणि प्रसूतीनंतमर सहा महिन्यांपर्यंत अंगणवाडी आणि ग्रामीण आरोग्य केंद्रांच्या माध्यमातून मोफत जेवण दिले जाणार आहे. गावामध्ये असणाऱ्या 'आशा' या आरोग्यसेविका या गर्भवती महिलांना त्यांचे घरपोच धान्य अंगणवाड्यांमधून घरी न्यायला मदत करतील. तसेच गर्भवती महिलांना ६००० रुपये भत्त्याचीही तरतूद करण्यात आली आहे.

७) शिधापत्रिकेत महिलांना कुटुंबप्रमुखाचा दर्जा :

या विधेयकांतर्गत जेव्हा शिधापत्रिका दिली जाईल त्या वेळी घरातील १८ वर्षे वयापेक्षा जास्त वय असणाऱ्या महिलांपैकी सर्वात ज्येष्ठ महिला घराची कुटुंबप्रमुख मानली जाणार आहे. ज्या वेळी एखाद्या घरात १८ वर्षे वयापेक्षा जास्त वयाची महिला नसेल केवळ त्याच वेळी या शिधापत्रिकेचे वितरण करताना घरातील सर्वात ज्येष्ठ पुरुष सदस्याला कुटुंबप्रमुख मानण्यात येईल.

८) भोजनाबरोबरच इतरही गोष्टींचा अंतर्भाव :

सहा ते १४ वयोगटांतील किंवा आठवी इयत्तेपर्यंतच्या सर्व मुला-मुलींना स्थानिक संस्थांकडून चालवल्या जाणाऱ्या, सरकारी व सरकार अनुदानित असलेल्या सर्व शाळांमधून सुटीचे दिवस वगळता दररोज माध्यान्ह भोजन योजनेच्या माध्यमातून मोफत जेवण दिले जाणार आहे. प्रत्यक्षात या शाळांमधून आधीपासूनच माध्यान्ह भोजन योजना राबवली जात आहे. पण आता ही योजना त्यांचा अधिकार म्हणून अस्तित्वात येणार आहे. माध्यान्ह भोजन योजनेअंतर्गत आता मोफत गणवेश, पुस्तके व मोफत आरोग्य तपासणीचाही अंतर्भाव केला जाणार आहे.

९) योजनेमध्ये पारदर्शकता :

रास्त दराच्या दुकानांमधील सर्व दस्तऐवज आता जनतेला पाहण्यासाठी खुले केले जाणार आहेत. त्यामुळे कोणीही गरीब जनतेसाठी असलेले धान्य दुसरीकडे वळवू शकणार नाही. स्थानिक पंचायती या दस्तऐवजांची नियमित

तपासणी करतील. उच्च पातळीवर दक्षता समितीची देखील स्थापना केली जाणार आहे. नव्या विधेयकाच्या साहाय्याने अनेक दस्तऐवजांचे संगणकीकरण करण्यासाठी सरकारने विवधि पावले उचलली आहेत. आता ही दुकाने महिलांनाही चालवता येणार आहेत. सरकारने निर्धारित केलेल्या शिधावाटप दुकानांना अन्नधान्याचा पुरवठा केला जाणार आहे. अशा स्वस्त धान्य दुकानांचे परवाने देताना पंचायती, बचत गट आणि सहकारी संस्थांना प्राधान्य दिले जाणार आहे.

४.३ कृषी आणि उद्योग :

उद्योग हा शेतीला पर्याय नाही; त्याऐवजी ते एकमेकांना पूरक आहेत. ही दोन्ही क्षेत्रे एकमेकांशी इतकी जुळलेली आहेत की एका क्षेत्राच्या सुधारणेशिवाय दुसऱ्या क्षेत्राचा विकास होणे शक्य नाही. जर शेतीला देशाचे 'हृदय' मानले गेले तर साहजिकच उद्योगाला 'मेंदू' मानले पाहिजे. या क्षेत्रांची परस्पर निर्भरता सूचीबद्ध आहे.

४.३.१ उद्योगावर शेतीचा प्रभाव :

शेतीचा औद्योगिक विकासावर मोठा सकारात्मक परिणाम झाला आहे, ते खालीलप्रमाणे :

१) कृषी क्षेत्र उद्योग क्षेत्राला नियमितपणे ऊस, ज्यूट, तेलबिया, चहा, मसाले, गहू यासारखा कच्चा माल पुरवते.

२) कृषी क्षेत्र औद्योगिक कामगारांना धान्य, भाज्या आणि इतर खाद्यपदार्थ तसेच दुग्ध उद्योगातील घरगुती जनावरांसाठी चारा नियमितपणे पुरवते.

३) शेतकरी-कुटुंबे बँक आणि इतर वित्तीय संस्थांमध्ये त्यांचे पैसे वाचवण्यासाठी वापरतात जे शेवटी उद्योग मालकांनी गुंतवणूकीच्या स्वरूपात वापरले जाते.

४) ग्राहक आणि भांडवली वस्तू दोन्ही उद्योग कृषी क्षेत्र उत्पादनांसाठी बाजारात येतात.

५) कृषी क्षेत्र उद्योगांना नियमितपणे मनुष्यबळ पुरवते.

४.३.२ शेतीवर उद्योगाचा परिणाम :

शेतीवर उद्योगाचा परिणाम खालीलप्रमाणे आहे:

१) औदयोगिक क्षेत्र हे नियमितपणे वैज्ञानिक साधने आणि उपकरणे उदा. ट्रॅक्टर, हार्वेस्टर, पंप-सेट, रासायनिक खते इत्यादी शेतीला पुरवते आणि प्रति हेक्टर उत्पादन वाढवते.

२) शेतमालाची बाजारपेठ वाढवण्यासाठी काही पायाभूत विकास सेवा उदा. रस्ते, रेल्वे, साठवण इत्यादी अत्यंत आवश्यक आहेत. या बाबतीत उद्योग महत्त्वाची भूमिका बजावतात.

३) उद्योग मोठ्या प्रमाणावर रोजगाराच्या संधी प्रदान करतात आणि म्हणून आपल्या शेतीतील सर्व अतिरिक्त श्रम शोषण्यास मदत करतात. यामुळे अधिक औद्योगिक विकास होतो.

४) कृषी क्षेत्र हे उद्योगांच्या विविध तयार उत्पादनांसाठी एक मोठी बाजारपेठ आहे. शेतकरी अनेक औद्योगिक उत्पादने खरेदी करतात.

अशाप्रकारे थोडक्यात, आपण असे म्हणू शकतो की कृषी आणि उद्योग एकमेकांना पूरक आहेत. एका क्षेत्राचा विकास दुसऱ्या क्षेत्राच्या वाढीवर आणि कामगिरीवर अवलंबून असतो.

४.३.३ शेती आणि उद्योग यांच्यातील आंतरनिर्भरता :

शेती आणि उद्योग यांच्यातील परस्परावलंबन अर्थव्यवस्थेतील या दोन क्षेत्रांमधील परस्पर संबंध आणि परस्पर अवलंबनाचा संदर्भ देते. या सहजीवन संबंधामध्ये विविध आर्थिक, सामाजिक आणि पर्यावरणीय परस्परसंवाद समाविष्ट आहेत जे राष्ट्राच्या सर्वांगीण विकास आणि कार्यप्रणालीला आकार देतात. कृषी आणि उद्योग यांच्यातील

परस्परावलंबनाचा आर्थिक वृद्धी, रोजगार, नवकल्पना आणि शाश्वतता यावर दूरगामी परिणाम होतो. या परस्परावलंबनाचे काही प्रमुख पैलू पुढीलप्रमाणे आहेत :

१) कच्च्या मालाचा पुरवठा :

कापड, अन्न प्रक्रिया आणि जैव-आधारित उद्योगांसारख्या विविध उद्योगांसाठी कृषी कच्चा कच्चा माल पुरवते. कापूस, ताग आणि तेलबिया यासारखी पिके कापड आणि खाद्यतेल उत्पादनासाठी निविष्ठा म्हणून काम करतात.

२) अन्न प्रक्रिया आणि मूल्यवर्धन :

मूल्यवर्धित उत्पादने तयार करण्यासाठी उद्योगांद्वारे कृषी कच्च्या मालावर प्रक्रिया केली जाते. अन्न प्रक्रिया, पॅकेजिंग आणि कृषी-आधारित उद्योग कृषी उत्पादनांचे ग्राहकोपयोगी वस्तूंमध्ये रूपांतर करण्यास हातभार लावतात.

३) कामगार दल :

विशेषत: विकसनशील अर्थव्यवस्थांमध्ये, श्रमशक्तीचा महत्त्वपूर्ण भाग कृषी प्रदान करते. औद्योगिक क्षेत्रांचा विस्तार होत असताना, ते शेतीतून अतिरिक्त श्रम शोषून घेतात, शहरीकरण आणि वैविध्यपूर्ण श्रम बाजाराला हातभार लावतात.

४) तंत्रज्ञान हस्तांतरण :

उद्योग अनेकदा यंत्रसामग्री, उपकरणे आणि नाविन्यपूर्ण कृषी पद्धतींचा विकास आणि प्रसार याद्वारे कृषी क्षेत्रातील तांत्रिक प्रगतीमध्ये योगदान देतात.

५) बाजारपेठांशी जोडणी :

पुरवठा साखळीद्वारे शेती आणि उद्योग एकमेकांशी जोडलेले आहेत. कृषी उत्पादनासाठी औद्योगिक क्षेत्राद्वारे प्रदान केलेली वाहतूक, साठवण आणि वितरण प्रणाली आवश्यक आहे.

६) आर्थिक वृद्धी :

दोन्ही क्षेत्रांचा देशाच्या आर्थिक विकासात महत्वाचा वाटा आहे. कृषी उत्पादनामुळे निर्यात आणि उत्पन्न वाढीसाठी अतिरिक्त उत्पादन होते, तर औद्योगिक वृद्धी एकूण आर्थिक कामगिरी वाढवते.

७) उत्पन्न निर्मिती :

शेती आणि उद्योग मिळून उत्पन्न आणि रोजगाराच्या संधी निर्माण करतात. एका क्षेत्रातील कमावलेले उत्पन्न इतर क्षेत्रातील उत्पादने आणि सेवांच्या मागणीला उत्तेजन देते.

८) नवोन्मेष आणि संशोधन :

उद्योग संशोधन आणि विकासामध्ये गुंतवणूक करतात ज्यामुळे शेतीला फायदा होतो. रसायने, यंत्रसामग्री आणि प्रक्रिया तंत्रातील नवकल्पना कृषी उत्पादकता सुधारतात.

९) पायाभूत सुविधांचा विकास :

रस्ते, वाहतूक आणि साठवण सुविधा यासारख्या पायाभूत सुविधांच्या विकासात उद्योग योगदान देतात, ज्यामुळे कृषी कार्ये आणि बाजारपेठेतील प्रवेशाचा फायदा होतो.

१०) शहरी-ग्रामीण संवाद :

शहरी केंद्रे वापरासाठी आणि प्रक्रियेसाठी कृषी उत्पादनांची मागणी करतात. औद्योगिक क्षेत्र कच्च्या मालासाठी ग्रामीण भागावर अवलंबून असतात आणि अनेकदा कृषी उत्पादनांना बाजारपेठ उपलब्ध करून देतात.

११) शाश्वतता आणि संसाधन व्यवस्थापन :

शाश्वत संसाधन व्यवस्थापनासाठी कृषी आणि उद्योग यांच्यातील सहकार्य आवश्यक आहे. उद्योग शाश्वत कृषी पद्धतींसाठी तंत्रज्ञान प्रदान करतात आणि कृषी पर्यावरणास अनुकूल औद्योगिक प्रक्रियांसाठी जैव-आधारित सामग्री पुरवते.

१२) सामाजिक विकास :

दोन्ही क्षेत्रांमधील संतुलित वृद्धी संतुलित प्रादेशिक विकास आणि उत्पन्नातील असमानता कमी करण्यासाठी योगदान देते, सामाजिक एकसंधता वाढवते.

१३) अन्न सुरक्षा :

अन्न प्रक्रिया, साठवणूक आणि वितरण प्रणालीद्वारे अन्न सुरक्षा सुनिश्चित करण्यात उद्योगाची भूमिका आहे. शेती या प्रक्रियेसाठी कच्चा माल पुरवते.

१४) पर्यावरणीय परिणाम :

शेती आणि उद्योग यांच्यातील संबंध पर्यावरणावर परिणाम करतात. औद्योगिक प्रदूषणामुळे कृषी उत्पादकता आणि मातीच्या गुणवत्तेवर परिणाम होतो, तर शाश्वत कृषी पद्धती औद्योगिक प्रक्रियांवर परिणाम करतात.

१५) धोरण सरेखन :

एका क्षेत्रातील वृद्धी दुसऱ्या क्षेत्राला आधार देईल याची खात्री करण्यासाठी समन्वित धोरणे आवश्यक आहेत. धोरणांनी शाश्वत पद्धती, समान उत्पन्न वितरण आणि समतोल ग्रामीण-शहरी विकासाला चालना दिली पाहिजे.

४.३.४ कृषी आणि उद्योग यांच्यातील व्यापाराच्या अटी :

कृषी आणि उद्योग यांच्यातील व्यापाराच्या अटींबद्दलचे मुख्य मुद्दे पुढीलप्रमाणे आहेत :

१) व्यापार अटींचे निर्धारक :

कृषी आणि उद्योग यांच्यातील व्यापाराच्या अटी या कृषी आणि औद्योगिक उत्पादनांसाठी मागणी व पुरवठा गतिशीलता, तांत्रिक प्रगती, दर आणि करारांसह व्यापार धोरणे, विनिमय दरातील चढउतार आणि जागतिक बाजार परिस्थिती यासारख्या घटकांवर प्रभाव पाडतात. हे घटक एकत्रितपणे सापेक्ष किमती ठरवतात ज्यावर एखादे राष्ट्र औद्योगिक वस्तूंसाठी कृषी उत्पादनाचा व्यापार करू शकते.

२) उत्पन्न वितरणासाठी परिणाम :

शेतीसाठी व्यापाराच्या अनुकूल परिस्थितीमुळे ग्रामीण लोकसंख्येचे उत्पन्न वाढते. यामुळे ग्रामीण आणि शहरी भागातील उत्पन्नातील असमानता कमी होते, एकूणच सामाजिक आणि आर्थिक समानता सुधारते.

३) व्यापार संतुलन प्रभाव :

शेतीसाठी व्यापाराच्या अटींमध्ये सकारात्मक बदल सकारात्मक व्यापार संतुलनास हातभार लावतात. जेव्हा कृषी निर्यातीचे मूल्य औद्योगिक वस्तूंच्या आयातीच्या खर्चाच्या तुलनेत वाढते, तेव्हा राष्ट्र परकीय चलनसाठा जमा करतो आणि आर्थिक स्थिरता वाढवते.

४) आर्थिक वृद्धीस उत्तेजन :

शेतीसाठी व्यापाराच्या अनुकूल अटी ग्रामीण आर्थिक विकासाला चालना देतात. या वृद्धीमुळे कृषी क्षेत्रातील गुंतवणुकीला प्रोत्साहन मिळते, तांत्रिक प्रगती, वाढीव उत्पादकता आणि एकूणच आर्थिक विकासाला चालना मिळते.

५) निर्यात उत्पन्न वाढवणे :

शेतीसाठी व्यापाराच्या अटींमध्ये सुधारणा केल्यास निर्यात उत्पन्न वाढू होते. यामुळे, देशाच्या परकीय चलनाचा साठा मजबूत होतो, अधिक आर्थिक स्थिरता आणि बाह्य धक्क्यांविरूद्ध लवचिकता प्रदान होते.

६) गरिबी निर्मूलन संभाव्यता :

शेतीसाठी व्यापाराच्या अटींमध्ये सकारात्मक बदलांमुळे कृषी उत्पन्न वाढवण्याची क्षमता आहे, ज्यामुळे ग्रामीण गरिबी कमी होण्यास हातभार लागतो. उच्च कृषी उत्पन्न ग्रामीण लोकसंख्येचे जीवनमान उंचावते.

७) संसाधन वाटपावर प्रभाव :

शेती आणि उद्योग यांच्यात संसाधनांचे वाटप कसे केले जाते यावर व्यापाराच्या अटी प्रभाव टाकतात. जेव्हा एखाद्या क्षेत्राच्या व्यापाराच्या अटी सुधारतात तेव्हा संसाधने त्या क्षेत्राकडे वळतात, ज्यामुळे गुंतवणूकीचे निर्णय, उत्पादन आणि उपभोगाच्या पद्धतींवर परिणाम होतो.

८) गुंतवणुकीवर होणारा परिणाम :

शेतीसाठी व्यापाराच्या अनुकूल अटी या क्षेत्रातील गुंतवणुकीला प्रोत्साहन देतात. वाढीव गुंतवणुकीमुळे आधुनिकीकरण, प्रगत तंत्रज्ञानाचा अवलंब आणि कृषी उत्पादकता वाढते.

९) समतोलासाठी धोरण विचार :

व्यापाराच्या अटी व्यवस्थापित करण्यात सरकारे महत्त्वाची भूमिका बजावतात. आयात शुल्क आणि व्यापार करार संतुलित करणारी धोरणे कृषी किंवा उद्योगासाठी व्यापाराच्या अटींमध्ये प्रतिकूल बदल टाळण्यासाठी महत्त्वपूर्ण आहेत. या धोरणांनी संरक्षणवाद आणि जागतिक स्पर्धात्मकता यांच्यात समतोल साधला पाहिजे.

१०) विनिमय दराची भूमिका :

विनिमय दरातील चढउतार व्यापाराच्या अटींवर लक्षणीय परिणाम करतात. मजबूत देशांतर्गत चलन आयात केलेल्या औद्योगिक वस्तूंना अधिक परवडणारे बनवते, ज्यामुळे कृषी आणि औद्योगिक क्षेत्रांच्या सापेक्ष स्पर्धात्मकतेवर परिणाम होतो.

११) शाश्वत पद्धती आणि नवकल्पना :

व्यापाराच्या अनुकूल अटी राखण्यासाठी कृषी आणि उद्योग या दोन्ही क्षेत्रांमध्ये शाश्वत पद्धतींना प्रोत्साहन देणे महत्त्वाचे आहे. संशोधन, नवकल्पना आणि पर्यावरणपूरक तंत्रज्ञानातील गुंतवणूक कृषी उत्पादनांची स्पर्धात्मकता वाढवते आणि पर्यावरणास जबाबदार औद्योगिक प्रक्रियांना समर्थन देते.

१२) विविधीकरणाची गरज :

एकाच क्षेत्रावरील अत्याधिक अवलंबित्वाशी निगडीत जोखीम कमी करण्यासाठी कृषी आणि औद्योगिक दोन्ही क्षेत्रांमध्ये विविधीकरणाला प्रोत्साहन देणे आवश्यक आहे. विविधीकरण व्यापाराच्या अधिक स्थिर अटींमध्ये योगदान देते.

४.४ शाश्वत शेती :

शाश्वत शेती हा शेतीचा एक नवीन प्रकार आहे जो येणाऱ्या पिढ्यांसाठी करता येतो. शेतीसाठी हा दीर्घकालीन दृष्टीकोन कार्यक्षम उत्पादनाला पृथ्वीच्या संसाधनांच्या कार्यासह जोडतो. शाश्वत शेती ही अशी आहे की, दीर्घकाळापर्यंत पर्यावरणाची गुणवत्ता वाढवते आणि त्या स्त्रोतावर शेती अवलंबून असते. मूलभूत मानवी अन्नाच्या गरजा पुरवणे, आर्थिकदृष्ट्या व्यवहार्य आणि शेतकरी व संपूर्ण समाजाचे जीवनमान वाढवते. या दोन व्याख्या वाचल्यानंतर शाश्वत शेतीची विविध वैशिष्ट्ये जाणून घेणे महत्त्वाचे आहे.

४.४.१ अर्थ :

शाश्वत शेती ही एक प्रकारची शेती आहे जी पर्यावरणावर कमीतकमी परिणाम करत असताना दीर्घकालीन पिके आणि पशुधन निर्माण करण्यावर भर देते. या प्रकारची शेती अन्न उत्पादनाची गरज आणि पर्यावरणामध्ये पर्यावरणीय व्यवस्थेच्या संरक्षणामध्ये चांगला समतोल शोधण्याचा प्रयत्न करते. अन्न निर्मिती व्यतिरिक्त, शाश्वत शेतीशी निगडित अनेक एकूण उद्दिष्टे आहेत, ज्यात पाणी वाचवणे, खते आणि कीटकनाशकांचा वापर कमी करणे आणि पिकलेल्या पिकांमध्ये जैवविविधता व पर्यावरणास प्रोत्साहन देणे समाविष्ट आहे. शाश्वत शेती शेतीची आर्थिक स्थिरता राखण्यावर आणि शेतकऱ्यांना त्यांचे तंत्र आणि जीवनमान सुधारण्यास मदत करण्यावर देखील भर देते. अनेक शेती धोरणांचा वापर केला जातो ज्यामुळे शेती अधिक शाश्वत होण्यास मदत होते. काही सर्वात सामान्य तंत्रांमध्ये वाढणारी झाडे समाविष्ट आहेत जी खतांचा वापर कमी करण्यासाठी आणि शेतात पिकांना फिरवण्यासाठी स्वतःचे पोषक तयार करू शकतात, जे कीटकनाशकाचा वापर कमी करते कारण पिके वारंवार बदलत असतात. आणखी एक सामान्य तंत्र म्हणजे पिकांचे मिश्रण करणे, ज्यामुळे संपूर्ण पीक नष्ट होणाऱ्या रोगाचा धोका कमी होतो आणि कीटकनाशके व तणनाशकांची गरज कमी होते. शाश्वत शेतकरी कमी पाणी वाया घालवणाऱ्या ठिबक सिंचन सारख्या जल व्यवस्थापन प्रणालीचा वापर करतात.

४.४.२ व्याख्या :

शाश्वत शेतीच्या व्याख्या पुढीलप्रमाणे आहेत :

१) ब्रुंडलँड अहवाल :

''शाश्वत शेती ही भविष्यातील पिढ्यांच्या स्वतःच्या गरजा पूर्ण करण्याच्या क्षमतेशी तडजोड न करता वर्तमान गरजा पूर्ण करते.''

२) अमेरिकेचा कृषी विभाग :

''शाश्वत शेती म्हणजे पर्यावरण, सार्वजनिक आरोग्य, मानवी समुदाय आणि प्राणी कल्याण यांचे संरक्षण करणाऱ्या शेती तंत्रांचा वापर करून अन्न, फायबर आणि इतर वनस्पती आणि प्राणी यांचे उत्पादन.''

३) अन्न आणि कृषी संघटना :

''शाश्वत शेती म्हणजे नैसर्गिक संसाधनांच्या आधाराचे व्यवस्थापन आणि संवर्धन व सध्याच्या आणि भविष्यातील पिढ्यांसाठी मानवी गरजा पूर्ण करणे व निरंतर समाधानाची खात्री करण्यासाठी अशा पद्धतीने तांत्रिक आणि संस्थात्मक बदलांची अभिमुखता.''

४.४.३ शाश्वत शेतीची आवश्यकता :

दिवसेंदिवस हे स्पष्ट होत आहे की आपल्याला आपल्या अन्न व्यवस्थेत सुधारणा करण्याची आवश्यकता आहे. दुष्काळापासून, ऊर्जेच्या मागणीतील आव्हानांपर्यंत, आपल्या अन्न निवडीमध्ये पारदर्शकतेच्या अभावापर्यंत, आपल्याला पारंपारिक औद्योगिक अन्न व्यवस्था कायमस्वरूपी बदलण्याची गरज असण्याची अनेक कारणे आहेत. खालील यादी दाखवते की शाश्वत शेती शेवटी लोकांसाठी अन्न वाढवण्याचा, ग्राहकाच्या आरोग्यासाठी आणि नफ्यासाठी सर्वोत्तम मार्ग आहे.

१) शाश्वत शेती माती पुनर्संचयित करुण पोषण करते :

निरोगी माती आणि निरोगी वनस्पती, निरोगी प्राणी बनवते, त्यामुळे लोकांना जास्त पौष्टिक अन्न मिळते. निरोगी माती ओलावा कमी ठेवलेल्या मातीपेक्षा जास्त कार्यक्षमतेने ठेवते आणि लवचिक निरोगी वनस्पती

बनवते जी रोग आणि कीटकांच्या हल्ल्यांना बळी पडत नाहीत. याउलट, पारंपारिक शेती आणि सतत वाढणारी विषारी रसायने जी आज आपल्या अन्न व्यवस्थेवर वर्चस्व गाजवतात ती माती पर्यावरणासाठी अत्यंत विध्वंसक आहे. उदा. नायट्रोजन, पोटॅशियम आणि फॉस्फरस या तीन प्राथमिक पोषक घटकांच्या पलीकडे मातीचे पोषण करण्यात अपयशी ठरते. वनस्पती-आधारित पोषण आणि निरोगीपणाचा असा सरळ यांत्रिक दृष्टिकोन वनस्पतींना आवश्यक असणारी अनेक भिन्न महत्त्वाची पोषक तत्त्वे, खनिजे आणि निरोगी वनस्पती संयुगे सोडतो, परिणामी कमी झालेली पौष्टिक अन्न वाढणारी माती कमी होते आणि मानवी लोकसंख्येमध्ये पोषक तत्वांची कमतरता निर्माण होते. आजच्या पारंपारिक औद्योगिक कृषी व्यवस्थेमध्ये मातीचे ज्ञान नसल्यामुळे मातीची धूप, रोग आणि कीटकांपासून होणाऱ्या हल्ल्यांना संवेदनाक्षम असणारी पिके (अशा प्रकारे संरक्षणासाठी अधिक विषारी रसायनांची आवश्यकता असते) जल प्रदूषण आणि उच्च संवेदनशीलता दुष्काळ यापासून धोका पोहचतो.

२) शाश्वत शेती निसर्गाच्या सामंजस्याने कार्य करते :

नैसर्गिक उत्पादकता कशाप्रकारे कार्य करते याबद्दल निसर्गाने आपल्याला काय शिकवायचे आहे ते शाश्वत शेती शिकते आणि नैसर्गिकरित्या उत्पादक आणि नैसर्गिकरित्या कार्यक्षम अशा प्रणाली तयार करण्यासाठी ते नियम लागू करतात. निसर्ग सहसा वर्चस्वाच्या ऐवजी सहकार्याद्वारे कार्य करतो. सर्वांवर काही पुनर्प्रक्रिया केली जाते आणि सर्व काही नैसर्गिक मर्यादेत कार्य करते. शाश्वत शेती भविष्यातील पिढ्यांना पुनर्जन्म देते. याउलट, पारंपारिक औद्योगिक शेती ही निसर्गाच्या विरोधात वर्चस्व निर्माण करण्यासाठी काम करणाऱ्या माणसाचे मूर्त स्वरूप आहे. सध्या समाज काय शोधत आहे ते म्हणजे जेव्हा आपण शेती करतो तेव्हा प्रत्येक गोष्टीवर नियंत्रण ठेवण्याची आपली सततची धडपड मोठ्या प्रमाणात अपयशी ठरत असते आणि निसर्ग नेहमीच आपल्यापेक्षा पुढे जाण्याचा मार्ग शोधत असतो. जरी आपण खूप बुद्धीमान असलो, तरीही आपण अस्तित्वात असलेल्या प्रत्येकाला नैसर्गिक मर्यादा आहेत आणि आपल्या स्वतःच्या अस्तित्वासाठी आपण मातृभूमीशी असलेल्या आपल्या नात्याची पुन्हा एकदा तपासणी केली पाहिजे.

३) शाश्वत शेतीमुळे ऊर्जेची बचत होते :

शाश्वत शेती सर्व स्तरांवर ऊर्जेचा वापर कमी करण्याचा प्रयत्न करते. कृषी उत्पादनासाठी कमी ऊर्जा स्वीकारणे, अशा शेती पद्धतींची रचना होउ शकते जी अधिक कार्यक्षम प्रत्येक वर्षात अधिक उत्पादनक्षम होतील अशा प्रणालींची रचना करू शकते. ऊर्जेचा वापर कमी करून आणि जीवाश्म इंधनांची गरज दूर होऊन, कृषी क्षेत्राद्वारे उत्पादित हरितगृह वायूचे उत्सर्जन कमी केले जाऊ शकते. याउलट, पारंपारिक औद्योगिक शेती अत्यंत ऊर्जा-केंद्रित आहे आणि उत्पादन आणि जीवाश्म इंधनावर मोठ्या प्रमाणावर अवलंबून आहे. हजारो मैल शेतातून बाजारपेठेपर्यंत वाहतूक करते. खरं तर, पारंपरिक औद्योगिक शेती आज जगातील हरितगृह वायूंचे सर्वात मोठे स्त्रोत आहे.

४) शाश्वत शेती पाण्याची बचत करते :

शाश्वत शेती प्रणालीमध्ये पाणी वाचवणासाठी अनेक पद्धती वापरतात, ज्यात मल्चिंग, ठिबक सिंचन, ह्यूगलकल्टर बागांचे बेड, कंटूरवर स्वॅल्स तयार करणे जे भूपृष्ठभागावर पाणी जास्त ठेवण्यास मदत करते आणि भूगर्भातील जलसंपदा पुर्नजिवित करते. पिकांची लागवड करताना ज्यांना जास्त पाणी लागत नाही उदा. खोल मुळे असलेल्या बारमाही पिकांवर भर देणे. शाश्वत शेती देखील अशा पद्धतींचा वापर करते जी प्रदूषणापासून जलाशयांचे संरक्षण करण्यास मदत करते आणि प्रदूषण रोखण्यासाठी कार्य करते उदा. जलाशयांजवळ फिल्टर पट्ट्या वापरून शेतीला पाणीपुरवठा करणे. याउलट, पारंपरिक औद्योगिक शेतीला उत्पादनासाठी मोठ्या

प्रमाणात पाण्याची आवश्यकता असते आणि अशा प्रणालींमधील पिके साधारणपणे दुष्काळाला बळी पडतात.

५) शाश्वत कृषी मूल्ये विविधता :

शाश्वत शेती वैविध्यपूर्ण शेती पद्धती स्वीकारते ज्यात काही निवडक मोनोकल्चर पिकांऐवजी विविध पिकांचा समावेश होतो. अशा विविधतेमुळे दुष्काळ, रोग आणि कीटकांचा सामना करण्यासाठी अधिक लवचिकता येते, कारण शाश्वत शेत पिकाच्या एका जातीवर किंवा उत्पन्नासाठी फक्त काही प्राथमिक पिकांवर अवलंबून नसते. एक वैविध्यपूर्ण शाश्वत शेत एक सहकारी प्रणालीमध्ये वनस्पती आणि प्राणी उत्पादन दोन्ही एकत्र समाविष्ट करते. तसेच परागकण, लोक आणि वन्यजीवांसाठी एक निरोगी ठिकाण आहे. याउलट, पारंपारिक औद्योगिक शेती साधारणपणे काही प्राथमिक पिकांवर आणि रासायनिक खते, कीटकनाशके व तणनाशकांवर अवलंबून असते. ज्यामुळे रोग आणि कीटकांपासून अधिक असुरक्षित असलेल्या त्यांच्या मोनोक्रॉप वनस्पतींचे संरक्षण होते. ही कृषी रसायने लोक, वन्यजीव आणि परागकणांसाठी खूप विषारी असतात. पिक आणि जनावरांचे उत्पादन वेगळे असतात, जनावरांच्या कचऱ्याची विल्हेवाट लागते आणि पिकांना या कार्यक्षम पारंपारिक कृषी प्रणालींमध्ये स्वतःची खते म्हणून हा कचरा उपयोगी पडतो.

६) शाश्वत शेती जगाच्या हवामान बदलामध्ये लवचिकता प्रदान करते :

शाश्वत शेती ऊर्जेची बचत करून हरितगृह वायू उत्सर्जन कमी करते. शाश्वत शेतीमुळे पाण्याची बचत होऊन दुष्काळापासून संरक्षण होते. विविध पिके घेणाऱ्या प्रणालींसह, ज्या वनस्पतींना नैसर्गिकरित्या कमी पाण्याची आवश्यकता असते आणि निरोगी जमिनीच्या अस्तित्वामुळे निरोगी वनस्पती असलेल्या प्रणालींवर भर दिला जातो. शाश्वत प्रणालींमध्ये पिकांना पारंपरिक प्रणालींपेक्षा जास्त लवचिकता असली पाहिजे. याव्यतिरिक्त, जेव्हा शाश्वत कृषी प्रणाली झाडे आणि इतर बारमाही वनस्पतींचा समावेश करते. तेव्हा मुक्त-श्रेणी पशुधन चराई प्रणालीसह, शेती प्रत्यक्षात कार्बन सिंक बनू शकते.

७) शाश्वत शेती प्रामुख्याने स्थानिक समुदायांना आणि अर्थव्यवस्थांना समर्थन देते :

शाश्वत शेती स्थानिक अन्न उत्पादनावर मोठ्या प्रमाणावर भर देते. आपल्या अन्न व्यवस्थेचे स्थानिकीकरण करून, मानवी समुदायांमध्ये पुन्हा गुंतवणुक होते, जिथे आपल्या स्थानिक लोकसंख्येला रोजगार उपलब्ध करून देतात.

८) खरी शाश्वत शेती ही जनतेसाठी किफायतशीर व फायदेशीर आहे :

लोकसंख्येवर कसा परिणाम होतो, आपल्या ग्रहकांचे आरोग्य फायदेशीर असले पाहिजे हे लक्षात घेतल्याशिवाय शाश्वत शेती शाश्वत होऊ शकत नाही. या तीनही मूल्यांना मुख्यत्वे मूर्त रूप देणारी अन्न व्यवस्था निर्माण करण्यासाठी आपण अजूनही प्रयत्नशील आहोत, त्यासाठी शेतकरी प्रगती करत आहेत. पुरेसे लोक आहेत जे शाश्वत अन्न व्यवस्थेची मागणी करतात आणि त्यांच्या आर्थिक ताकतीने अशा प्रयत्नांना पाठिंबा देतात. यावरून असे दिसून येते की, न्याय्य व्यवस्था अस्तित्वात आली आहे.

४.४.४ शाश्वत शेतीच्या समस्या :

शाश्वत शेती पर्यावरणीय शाश्वतता, आर्थिक व्यवहार्यता आणि सामाजिक समता यांच्या छेदनबिंदूवर उभी आहे. भविष्यातील पिढ्यांच्या स्वतःच्या गरजा पूर्ण करण्याच्या क्षमतेशी तडजोड न करता अन्न, फायबर आणि इंधन उत्पादनाच्या सध्याच्या गरजा पूर्ण करणे हे त्याचे उद्दिष्ट आहे. तथापि, शेतीमध्ये खरी शाश्वतता प्राप्त करणे हे एक जटिल आणि विकसित होणारे आव्हान आहे :

१) पर्यावरणाचा आणि संसाधनांचा ऱ्हास :

शाश्वत शेतीमधील मुख्य समस्यांपैकी एक म्हणजे नैसर्गिक संसाधनांचा ऱ्हास आणि परिसंस्थेचा ऱ्हास. अनिश्चित शेती पद्धती, जसे की रसायनांचा अतिवापर, एकपिकी मशागत आणि अतिचराईमुळे मातीची धूप, जल प्रदूषण व जैवविविधतेचे नुकसान होऊ शकते. या पद्धती जमिनीची सुपीकता कमी करून, पाण्याची गुणवत्ता कमी करून आणि स्थानिक परिसंस्था विस्कळीत करून शेतीचा पायाच खराब करतात.

२) मातीची गुणवत्ता आणि सुपीकता :

मातीचा ऱ्हास या एक गंभीर समस्येमुळे, कृषी उत्पादकता धोक्यात येते. जास्त मशागत, जंगलतोड आणि अयोग्य सिंचन यासारख्या पद्धती जमिनीची धूप, संकुचितता आणि सेंद्रिय पदार्थ नष्ट होण्यास कारणीभूत ठरतात. शाश्वत शेती ही संवर्धन मशागत, पर्यायी पीक आणि सेंद्रिय शेती यासारख्या तंत्रांद्वारे मातीच्या गुणवत्तेला आव्हान देण्याचा प्रयत्न करते, ज्याचा उद्देश जमिनीची सुपीकता आणि संरचना पुनर्निर्माण करणे आहे.

३) पाणी टंचाई आणि प्रदूषण :

पाण्याची टंचाई आणि प्रदूषण ही शाश्वत शेतीसाठी मोठी आव्हाने आहेत. अतिसिंचन पद्धती भूगर्भातील पाण्याचे साठे कमी करतात, ज्यामुळे कृषी क्षेत्रामध्ये पाण्याची टंचाई निर्माण होते. शिवाय, कीटकनाशके आणि खते वाहून नेणाऱ्या, शेतातून वाहून जाणाऱ्या पाण्यामुळे जलस्त्रोत दूषित होतात. शाश्वत पद्धतींमध्ये जलसंबंधित आव्हाने कमी करण्यासाठी कार्यक्षम सिंचन पद्धती, जलसंधारण आणि पाणलोट व्यवस्थापन यांचा समावेश होतो.

४) जैवविविधता संवर्धन :

मोनोकल्चर शेती आणि अनुवांशिकदृष्ट्या एकसमान पीक वाणांचा वापर जैवविविधतेच्या नुकसानास कारणीभूत ठरतो. अनुवांशिक विविधतेतील ही घट पिकांची कीड, रोग आणि बदलत्या पर्यावरणीय परिस्थितींवरील प्रतिकारशक्ती कमकुवत करते. शाश्वत शेती पीक विविधता, पारंपारिक पीक जातींचे जतन आणि वैविध्यपूर्ण व लवचिक कृषी भूदृश्य राखण्यासाठी कृषी-पर्यावरणीय तत्त्वांचे एकत्रीकरण यावर भर देते.

५) हवामान बदलाची लवचिकता :

हवामान बदलामुळे शेतीवर परिणाम होत आहे आणि त्यात योगदानही आहे. अनियमित हवामानाचे नमुने, वाढते तापमान आणि अत्यंत घटनांमुळे शेतीच्या पद्धती विस्कळीत होतात आणि अन्न उत्पादनाला धोका निर्माण होतो. शाश्वत शेती धोरणांमध्ये हवामान-स्मार्ट शेती पद्धतींचा समावेश होतो, जसे की कृषी वनीकरण, पीक बदल आणि दुष्काळ-प्रतिरोधक वाणांचा अवलंब इ.

६) आर्थिक व्यवहार्यता आणि अल्पभूधारक शेती :

शाश्वत शेतीसाठी आर्थिक व्यवहार्यता सुनिश्चित करणे महत्त्वाचे आहे. बाजारभावातील चढउतार, पत उपलब्ध नसणे आणि अपुरी पायाभूत सुविधा यासारख्या कारणांमुळे अनेक अल्पभूधारक शेतकरी योग्य उत्पन्न मिळविण्यासाठी संघर्ष करतात. शाश्वत शेती अल्पधारकांसाठी उत्पन्नाच्या संधी वाढवण्यासाठी पर्यायी विपणन वाहिन्या, शेतकरी सहकारी संस्था आणि मूल्यवर्धित उपक्रमांना प्रोत्साहन देते.

७) तंत्रज्ञान आणि ज्ञानात प्रवेश :

शाश्वत शेतीमध्ये तांत्रिक प्रगती महत्त्वपूर्ण भूमिका बजावते. तथापि, तंत्रज्ञानाचा मर्यादित प्रवेश, विशेषत: विकसनशील देशांमधील लहान शेतकर्यांमध्ये ही समस्या कायम आहे. ही तफावत विस्तार सेवा, क्षमता बांधणी आणि योग्य तंत्रज्ञानाचा प्रसार याद्वारे भरून काढणे शाश्वतता प्राप्त करण्यासाठी आवश्यक आहे.

८) सामाजिक समता आणि कामगार परिस्थिती :

सामाजिक समता हा शाश्वत शेतीचा एक मूलभूत पैलू आहे. अधिक न्याय्य कृषी व्यवस्था निर्माण करण्यासाठी जमिनीचा कालावधी, असमानता आणि न्याय्य श्रम पद्धती यासारख्या समस्यांवर लक्ष देणे आवश्यक आहे. उपेक्षित गटांना सशक्त बनवणे, श्रमिक परिस्थिती सुधारणे आणि लिंगभाव समानतेला चालना देणे हे शाश्वततेच्या सामाजिक परिमाणात योगदान देतात.

९) अन्न सुरक्षा आणि पोषण :

जागतिक अन्नसुरक्षेसाठी शाश्वत शेती साध्य करणे आवश्यक आहे. जगाची लोकसंख्या जसजशी वाढत जाते, तसतसे पुरेसे पौष्टिक अन्न तयार करणे आव्हानात्मक बनते. शाश्वत कृषी पद्धती अन्न उत्पादन वाढवतात, काढणीनंतरचे नुकसान कमी करतात आणि विविध व पौष्टिक पिकांची उपलब्धता सुधारतात.

१०) जागतिक व्यापार आणि बाजार प्रवेश :

जागतिक व्यापार गतिशीलता आणि बाजारपेठेतील प्रवेश कृषी प्रणालींच्या शाश्वततेवर परिणाम करतात. अनुचित व्यापार पद्धती, बाजारातील अस्थिरता आणि व्यापारातील अडथळे लहान शेतकऱ्यांचे नुकसान करतात आणि स्थानिक अन्न प्रणाली खराब करतात. वाजवी व्यापार पद्धतींना प्रोत्साहन देणे, स्थानिक बाजारपेठांना समर्थन देणे आणि जागतिक बाजारपेठेतील समान प्रवेश सुनिश्चित करणे ही शाश्वततेच्या दिशेने महत्त्वाची पावले आहेत.

४.५ भारतातील कृषी शिक्षण आणि संशोधनाचे महत्त्व :

कृषी हा भारताच्या अर्थव्यवस्थेचा कणा आहे, जो लोकसंख्येच्या महत्त्वपूर्ण भागाला उपजीविका प्रदान करतो आणि जीडीपीमध्ये महत्त्वपूर्ण योगदान देतो. या संदर्भात, कृषी शिक्षण आणि संशोधन क्षेत्राचे भविष्य घडवण्यात महत्त्वाची भूमिका बजावणे आवश्यक आहे. हे प्रयत्न कुशल मनुष्यबळ, नाविन्यपूर्ण पद्धती आणि भारतीय शेतीसमोरील बहुआयामी आव्हानांना तोंड देण्यासाठी शाश्वत उपायांच्या विकासासाठी योगदान देतात.

१) कुशल कामगार विकास :

कृषी शिक्षण आधुनिक शेती तंत्र, कृषी व्यवसाय व्यवस्थापन आणि मूल्यवर्धन यासारख्या ज्ञानाने सुसज्ज कुशल कार्यबल तयार करते. कृषी विद्यापीठांसारख्या संस्था कृषी विज्ञानापासून ते कृषी व्यवसाय व्यवस्थापनापर्यंतचे विविध कार्यक्रम प्रदान करतात. ही सुनिश्चित करतात की या क्षेत्राला व्यावसायिकांपर्यंत पोहोचता येईल जे विकास आणि कार्यक्षमता वाढवू शकतात.

२) तंत्रज्ञानाचा प्रसार आणि अवलंब :

शिक्षण आणि संशोधन अत्याधुनिक कृषी तंत्रज्ञान व पद्धतींचा प्रसार सुलभ करतात. पीक वाण, कीटक व्यवस्थापन, सिंचन पद्धती आणि मातीचे आरोग्य यावरील संशोधनाचे निष्कर्ष शेतकऱ्यांशी विस्तार सेवांद्वारे सामायिक केले जातात, ज्यामुळे त्यांना उत्पादकता आणि शाश्वतता सुधारणाऱ्या नाविन्यपूर्ण पद्धतींचा अवलंब करता येतो.

३) नवकल्पना आणि उद्योजकता :

कृषी शिक्षण नवकल्पना आणि उद्योजकतेची संस्कृती वाढवते. कृषी विज्ञान आणि संबंधित क्षेत्रातील ज्ञान असलेले पदवीधर नवीन उपाय, कृषी-आधारित उत्पादने आणि आर्थिक वृद्धी व ग्रामीण विकासासाठी योगदान देणारे कृषी व्यवसाय उपक्रम विकसित करण्यासाठी सुसज्ज आहेत.

४) शाश्वत शेती पद्धती :

संशोधन संस्था शाश्वत कृषी पद्धती विकसित करण्यावर लक्ष केंद्रित करतात जे संसाधन संवर्धन, जैवविविधता संरक्षण आणि पर्यावरणीय गुणवत्तेस प्राधान्य देतात. या पद्धती शेतकऱ्यांना जमिनीची सुपीकता राखण्यास, रासायनिक वापर कमी करण्यास आणि जलस्त्रोतांचे कार्यक्षमतेने व्यवस्थापन करण्यास मदत करतात.

५) पीक सुधारणा आणि अनुवांशिक संशोधन :

कृषी संशोधन केंद्रे अनुवांशिक संशोधनाद्वारे उच्च उत्पादन देणारे आणि रोग-प्रतिरोधक पीक वाण विकसित करण्याचे काम करतात. बदलत्या हवामान परिस्थितीला तोंड देऊ शकतील आणि अन्न सुरक्षेला हातभार लावू शकतील अशी लवचिक पिके शेतकर्यांना मिळतील हे सुनिश्चित केले जाते.

६) हवामान-लवचिक शेती :

हवामान-प्रतिबंधक शेतीला चालना देण्यासाठी शिक्षण आणि संशोधन महत्त्वपूर्ण भूमिका बजावतात. कृषी विद्यापीठे आणि संशोधन संस्था तंत्रज्ञान व पद्धती विकसित करतात ज्यामुळे शेतकऱ्यांना हवामान बदलांशी जुळवून घेण्यास मदत होते, जसे की दुष्काळ-सहिष्णु वाण आणि नाविन्यपूर्ण सिंचन पद्धती.

७) कीड आणि रोग व्यवस्थापन :

रासायनिक कीटकनाशकांवरील अवलंबित्व कमी करणारी एकात्मिक कीड व्यवस्थापन धोरणे विकसित करण्यावर संशोधन प्रयत्नांचा भर आहे. शिक्षण या धोरणांचा शेतकऱ्यांपर्यंत प्रसार करते, पर्यावरणावरील परिणाम कमी करते आणि अन्न सुरक्षा सुनिश्चित करते.

८) पशुधन आणि दुग्धव्यवसाय प्रगती :

कृषी शिक्षणामध्ये पशुधन आणि दुग्धव्यवसाय व्यवस्थापन समाविष्ट आहे, ज्यामुळे पशुधनाचे आरोग्य सुधारणे, दुग्धोत्पादन वाढवणे आणि ग्रामीण जीवनमान सुधारणे शक्य होते. संशोधन चांगले प्रजनन आणि आरोग्य सेवा पद्धती विकसित करण्यात मदत करते.

९) कृषी व्यवसाय आणि बाजार संबंध :

कृषी व्यवसाय व्यवस्थापनातील शिक्षण व्यक्तींना यशस्वी कृषी व्यवसाय उपक्रम तयार आणि व्यवस्थापित करण्यास सक्षम करते. हे व्यावसायिक शेतकरी आणि बाजारपेठेतील दरी कमी करतात, रास्त भाव आणि सुधारित बाजारपेठेतील प्रवेश सुनिश्चित करतात.

१०) ग्रामीण सशक्तीकरण आणि विकास :

कृषी शिक्षण आणि संशोधन ग्रामीण समुदायांना त्यांच्या कृषी पद्धती वाढवण्यासाठी ज्ञान आणि कौशल्ये देऊन त्यांना सक्षम बनवतात. हे ग्रामीण विकास, उत्पन्न निर्मिती आणि दारिद्र्य निर्मूलनासाठी योगदान देते.

११) धोरण तयार करणे आणि अंमलबजावणी :

संशोधन कृषी धोरणांची माहिती देणारे पुरावे-आधारित अंतर्दृष्टी प्रदान करते. या धोरणांचा उद्देश, कठोर संशोधनाचा प्रभाव, कृषी वाढ, तंत्रज्ञानाचा अवलंब आणि शाश्वत विकासासाठी सक्षम वातावरण निर्माण करणे हा आहे.

१२) अन्न सुरक्षा आणि पोषण :

कृषी शिक्षण आणि संशोधन कृषी उत्पादकता सुधारून, पीक गुणवत्ता वाढवून आणि पौष्टिक विविधतेला प्रोत्साहन देऊन अन्न सुरक्षेत योगदान देतात. मोठ्या लोकसंख्येच्या आणि विविध आहाराच्या गरजा असलेल्या देशात हे महत्त्वाचे आहे.

४.६ WTO आणि भारतीय शेती :

जागतिक पातळीवर विविध देशातील संबंध सुदृढ करण्याचा महत्त्वाचा मार्ग म्हणजे विविध देशातील व्यापारी आणि आर्थिक संबंधाची सुधारणा होय. जागतिक व्यापारविषयक सहकार्य वाढविण्याच्या आणि शांततापूर्ण संबंध निर्माण करण्याच्या दृष्टीने विविध संघटना अस्तित्वात आल्या. त्यापैकी एक महत्त्वाची संघटना म्हणजे जागतिक व्यापार संघटना होय. १ जानेवारी, १९९५ रोजी जागतिक व्यापार संघटना अस्तित्वात आली. या संघटनेविषयी सविस्तर माहिती जाणून घेणे योग्य ठरेल.

४.६.१ जागतिक व्यापार संघटनेची कार्ये :

१९९५ मध्ये गॅटच्या अधिपत्याखाली एक नवीन व्यापारी संघटना प्रस्थापित झाली. जागतिक व्यापारी संघटनेच्या स्थापनेच्या मसुद्यावर १२५ पेक्षाही जास्त सदस्यांनी सह्या केल्या आहे. जागतिक व्यापार संघटनेची प्रमुख कार्ये खालीलप्रमाणे :

१) सदस्य देशांमध्ये आयात-निर्यात करांचे प्रमाण वास्तविक पातळीवर आणणे :
जागतिकीकरणाच्या आणि उदारीकरणाच्या काळात, विविध देशातील आयात-निर्यात कर योग्य पातळीवर आणणे हे या संघटनेचे प्राथमिक उद्दिष्ट होय.

२) व्यापारावरील निर्बंध कमी करणे :
विविध देशातील परस्पर व्यापाराला बाधा आणणारे निर्बंध कमीतकमी असावेत यादृष्टीने ही संघटना प्रयत्न करते.

३) पेटंट हक्कांमध्ये सुधारणा :
आंतरराष्ट्रीय व्यापारी संघटनेने पेटंट कायद्यात सुचवलेल्या सुधारणांमुळे शेतकी रसायने, औषधे याबाबतीत भारत सरकार बहुराष्ट्रीय कंपन्यांना पाच वर्षांसाठी पेटंट हक्क देऊ शकेल. अशा उपाययोजनांमुळे विविध देशातील बौद्धिक मालमत्तेवर कमीतकमी आक्रमण होईल अशी अपेक्षा आहे.

४) कमी किमतीला माल विकण्याविरुद्ध कारवाई :
काही देश अत्यल्प किमतीला आपला माल परेदशामध्ये वाटत असतात. आंतरराष्ट्रीय व्यापार संघटना जागृत कडक उपाययोजना करेल तसेच संबंधित योग्य तेवढा आयात कर लादतील अशी सूचनाही करेल.

५) सरकारी अनुदानात सुधारणेसाठी प्रयत्न :
काही देशांमध्ये उद्योगांना चालना देण्यासाठी सरकारकडून फार मोठ्या प्रमाणावर अनुदान दिले जाते. उदा. चीनमधून सरकार फारच अवाजवी अनुदान देते त्यामुळे इतर देशांना चिनी मालाबरोबर स्पर्धा करता येत नाही. यासाठी देशादेशातील अनुदानाची रक्कम प्रमाणित करण्यासाठी ही संस्था प्रयत्न करेल.

६) बौद्धिक मालमत्तेचे संरक्षण :
माहिती तंत्रज्ञान, वाङ्मय, करमणूक आदी क्षेत्रात बौद्धिक मालमत्तेचे रक्षण करण्यासाठी जागतिक व्यापारी संघटना प्रयत्न करेल. या क्षेत्रातील बौद्धिक मालमत्तेच्या चौर्यामुळे संबंधित देशांचे फार मोठे नुकसान होत असते.

७) बाल मजुरीचे निर्मूलन :
विकसनशील देशांत शेती किंवा विणकाम क्षेत्रांमध्ये बऱ्याच वेळा १४ वर्षांखालील मुलांना मजुरी करायला लावली जाते. आंतरराष्ट्रीय व्यापारी संघटना अशा दुष्ट पद्धतींचे निर्मूलन करण्यासाठी सर्व प्रकारचे प्रयत्न करेल.

८) स्थलांतरीत धोरणांवर परिणाम घडविणे :
एका देशातील कुशल कर्मचाऱ्यांना दुसऱ्या देशात काम करण्याची संधी मिळाली म्हणून आंतरराष्ट्रीय व्यापार संघटनेकडून प्रगत देशातील स्थलांतर धोरणांवर दबाव पडणे अपेक्षित आहे.

९) भांडवलाच्या प्रवाहातील निर्बंध उठविणे :

संघटनेच्या सदस्यांमध्ये भांडवल आणि नफा मुक्तपणे कोठूनही कोणीकडेही पाठवता यावा म्हणून ही संघटना प्रयत्न करेल.

१०) आंतरराष्ट्रीय सहकार्याला उत्तेजन :

सदस्य देशांमध्ये जास्तीतजास्त प्रमाणात औद्योगिक कामगिरी आणि आर्थिक सहकार्य व्हावे म्हणून ही संस्था प्रयत्नशील राहील आणि त्यासाठी माहिती तंत्रज्ञान आणि शास्त्रीय ज्ञान यांची सदस्य देशांमध्ये मुक्त देवाण-घेवाण होईल याची खात्री करेल.

४.६.२ जागतिक व्यापार संघटनाच्या अखत्यारीतील करार :

१) जकाती आणि व्यापारविषयक सहमती करार.
२) सेवा-व्यापार सहमती करार.
३) बौद्धिक मालमत्ता हक्कांच्या व्यापार संबंधित बाबींबद्दलचा करार.
४) शेतीविषयक करार.

जागतिक व्यापार संघटनेन(WTO) प्रथमच शेतीचा समावेश बहुविध व्यापारविषयक करारामध्ये केला आहे. त्यामध्ये अंतर्गत मदत, निर्यात सवलती, आयातीवरील जकाती इत्यादीचा समावेश आहे. पुढील तक्त्यामध्ये ते दर्शविले आहे.

	D.S.	E.S.	I.T.
विकसित देश	२०%↓	मूल्य ३६% ↓ प्रमाण२१% ↓	३६% ↓
कालावधी	६ वर्षे	६ वर्षे	६ वर्षे
विकसनशील देश	१३.३%	मूल्य २४% ↓ प्रमाण १४% ↓	२५% ↓
कालावधी	१० वर्षे	१० वर्षे	१० वर्षे

वरील तक्त्यामध्ये D.S. = अंतर्गत साहाय्य.

E.S. = निर्यातीसाठीची सवलत.

I.T. = आयातीवरील जकाती.

गरीब शेतकऱ्यांना सवलती देताना, व्यवहारतोलातील अडचणी असणाऱ्या देशांचा अपवाद करण्याचे या संघटनेचे तत्त्व आहे.

जागतिक व्यापार संघटनेने विकसनशील देशांचे कार्यक्षेत्र वाढविण्यासाठी वस्त्रोद्योग, सेवा, व्यापारातील तांत्रिक अडथळे दूर करण्यासाठी खास तरतुदी केल्या आहेत.

जागतिक व्यापारी संघटनेचा फायदा विकसनशील देशांना होणार आहे; परंतु सध्या तरी त्यांना वस्तू बाजारात समस्यांना तोंड द्यावे लागत आहे. सेवांमध्ये विकसित देशांचे वर्चस्व आहे. त्यांच्याशी विकसनशील देशांना स्पर्धा करणे अवघड झाले आहे. अन्नधान्याच्या किमती सवलती रद्द झाल्याने वाढल्या आहेत. त्यामुळे त्यांची निर्यात कमी होईल असा अंदाज आहे. असे असले तरी जागतिक व्यापारी संघटनेने वाद सोडविण्यासाठी यंत्रणा निर्माण केली असल्याने व मध्यस्थी करण्याचे मान्य केल्याने विकसनशील देशांना आशा करण्यास वाव आहे.

४.६.३ जागतिक व्यापार संघटनेचे करार आणि भारत :

उरुग्वेमधील बहुआयामी जागतिक व्यापार वाटाघाटीचा एक भाग म्हणून शेतीविषयक (AOA) करार अस्तित्वात आला. या कराराच्या विरोधात ज्यांनी ठाम भूमिका घेतली त्यांची निराशावादी आणि आपल्या अर्थव्यवस्थेच्या वास्तवाचे भान न ठेवणारे अगर कदर न करणारे अशा शब्दांत हेटाळणी करण्यात आली. पण आता जागतिक व्यापारी कराराच्या पार्श्वभूमीवर भारतीय अर्थव्यवस्थेसंबंधीचे जहरी वास्तव समोर आल्यानंतर टीकाकारांना वाटणारी काळजी आणि भीती ही किती संयुक्तिक होती याची साक्ष मिळत आहे.

या शेतीविषयक कराराच्या विसाव्या कलमानुसार सन २००० मध्ये या कराराच्या अंमलबजावणीचा अनुभव ध्यानात घेऊन आणि शेती, व्यापारी व बिनव्यापारी व्यवहारांवरील परिणामांचा आढावा घेऊन कराराचे नूतनीकरण करून पुढील धोरणविषयक आखणी करण्यात येणार आहे.

जागतिक व्यापार संघटनेच्या व्यापक करारानुसार १ शेती, २ गुंतवणूक आणि व्यापाराशी संबंधित बौद्धिक संपदा हक्क (ट्रेड रिलेटेड इन्टेलेक्च्युअल प्रॉपर्टी राइट्स) यांचे पुनरवलोकन यांच्यावर भर देण्यात आला आहे. या पार्श्वभूमीवर जीव वैविध्य (biodiversity) या विषयाचाही खोलवर जाऊन अभ्यास करणे जरुरीचे झाले आहे.

व्यापार संघटनेने पुरस्कार केलेला शेतीविषयक करार आणि प्रगत देशांनी आखलेली आणि अंमलात आणलेली धोरणे यांनी अविकसित देशांतील विशेषतः भारतीय शेतीची बरीच हानी केलेली आहे. विकसित देशांनी विशेषतः अमेरिकेने स्वतःचे हितसंबंध सुरक्षित ठेवून अविकसित राष्ट्रांना वाऱ्यावर सोडले आहे. या विकसित राष्ट्रांनी जी धोरणे आणि डावपेच आखले आहेत त्यामुळे आपल्या शेतीचे फार मोठे नुकसान झाले आहे. या विकसित देशांत, विशेषतः अमेरिकेत शेती, फळबागा, फुले आणि दूध उत्पादन या सर्वांवर करार अंमलात येण्याआधीच अनुदाने वाढविली होती. या वस्तूंच्या निर्यातीवरील अनुदानही विशेषत्वाने वाढविलेले होते आणि देशांतर्गत बाजार व्यवस्थेच्या सुरक्षिततेसाठी आयात करात मात्र २४५% पर्यंत वाढ करण्यात आली. एकट्या अमेरिकेत शेतीवरील वार्षिक अनुदान ४५० कोटी डॉलर्स एवढे आहे. भारतात मात्र आम्ही सर्व अनुदाने घटवीत आता लवकरच विनाअनुदान शेती, बागायती निर्यात यांवर येऊन थांबणार आहोत.
जागतिक व्यापार संघटनेचे पुरस्कर्ते असा युक्तिवाद करतात की गॅट कराराच्या २८ व्या कलमाचे पर्यवसान म्हणून जे नवे जकातदर अस्तित्वात आले आहेत. त्यांच्याशी समांतर असे आयात कर आपल्याकडेही वाढविण्यात आले आहेत, आणि त्यामुळे देशी उत्पादनास संरक्षण मिळाले आहे. तथापि या जकातदरांचा जर आपण बारकाईने अभ्यास केला तर आपल्याला असे आढळेल की एकूण ३८ आयात वस्तूंपैकी फक्त १६ वस्तूंनाच ही गॅट पुरस्कृत करश्रेणी लागू करण्यात आली आहे. त्यातही विकसित देशांत त्या मालाला मिळत असणारे भरीव अनुदान आणि निर्यात जकातीतील वाढ यांच्यामुळे आपल्या मालावर होणाऱ्या गैर परिणामांना ही दरवाढ रोखू शकत नाही. नवीन आयात जकातदर ज्यांना अजून लागू झालेले नाहीत ती गहू, मका, धान्यांचा भुसा (पेंड), कडधान्ये, सरकी, मोहरीचे तेल, बेदाणे आणि मनुका, वाळवलेले वाटाणे, धान्याचे सत्त्व, ऑलिव्ह ऑइल (प्रक्रिया केलेले), च्युइंग गम, गोड बिस्किटे, वॅफल्स, वेफर्स, औद्योगिक क्षेत्रात वापरायची मेदयुक्त मद्यार्क द्रव्ये, संत्री, मोसंबी, लिंबे, गोठवलेला मंत्री रस, लोणी, चीज या वस्तू आहेत. याचाच परिणाम असा झाला आहे की भारताकडे निर्यात केलेला शेतीमाल हा भारतीय मालापेक्षा नक्कीच स्वस्त पडतो. आणि याचा परिणाम आमच्या शेतीची जबर पीछेहाट होण्यात होतो.

१) शेतीवर अवलंबून असलेल्या उद्योगांना धक्का :

भारतातील शेतीची जी हानी चाललेली आहे, तिचा अलगपणे विचार करून चालणार नाही. कारण शेती उत्पादन घटण्याचा परिणाम तिच्यावर अवलंबून असणाऱ्या उद्योगांवर विशेषतः लघुउद्योगांवर होतो. १३ मार्च २००० या दिवशी राज्यसभेत उद्योग आणि वाणिज्य खात्याच्या राज्यमंत्र्यांनी १८७५ क्रमांकाच्या अतारांकित प्रश्नाला उत्तर देताना सांगितले की मार्च महिन्यापर्यंत एकूण ३,०६,२२१ लघुउद्योग आजारी अवस्थेत आहेत आणि त्यामुळे लघुउद्योग क्षेत्रातील असंख्य मजूर बेकार झाले आहेत. अशा तऱ्हेने जागतिक व्यापारी संघटनेशी झालेल्या करारामुळे शेतीची धूळधाण होत आहे. लघुउद्योग बंद पडत चालले आहेत, बेरोजगारीत वाढ झाली आहे आणि अर्थातच त्यामुळे देशातील दारिद्र्य वाढले आहे.

भारतासारख्या देशात ७०% जनतेचा उदरनिर्वाह शेती व शेती अवलंबी उद्योगांवर चालतो. या सर्वांचा राष्ट्रीय उत्पन्नात ३५% भाग आहे आणि देशातील एकूण रोजगाराच्या ६५% रोजगार त्यांतून निर्माण होतो. अशा प्रकारच्या साधनसामग्री उपलब्ध करून देणाऱ्या उद्योगांची विषम स्पर्धेमुळे हानी होता कामा नये. भारताची ७०% शेती ही पावसाच्या लहरीवर अवलंबून आहे. देशाच्या वेगवेगळ्या भागात सतत पडणारे दुष्काळ शेती उद्योगाच्या ऱ्हासात भर घालीत असतात.

२) बेरोजगारी आणि दारिद्र्य :

जागतिक व्यापार संघटनेच्या करारामुळे शेतीचे नुकसान तर झालेच आहे. शिवाय ऊस, तेलबिया, कापूस या उत्पादनांवर जे उद्योग चालतात, त्यांनाही धोका पोहोचला आहे. उत्पादकतेवर विपरित परिणाम झाल्यामुळे कामगार आणि शेतमजूर यांचे विस्थापनही मोठ्या प्रमाणात होत आहे. त्यामुळे रोजगार आणि दारिद्र्य यांचे प्रश्न आणखीच गंभीर होऊ लागले आहेत. ब्राझीलसारख्या विकसित देशात दर वर्षी कारखान्यांतून दहा लाख टनांचे साखर उत्पन्न मिळते आणि तेवढ्या उत्पादनासाठी फक्त २३६ कर्मचारी लागतात. त्यातील अर्धे सुरक्षा व वाहतूक या कामांसाठी लागतात. आपल्याकडे एवढेच साखर उत्पादन करण्यासाठी १०,००० कामगारांची गरज लागते. ब्राझीलमध्ये वापरात असलेली साखर उत्पादक यंत्रसामुग्री आपण जर इथे वापरली तर आपल्याला किती भयानक बेकारीला तोंड द्यावे लागेल, याचा विचार करावा.

आपल्याकडील सहकारी साखर कारखान्यांचे तेथील कामगारांप्रमाणे ऊस पिकवणारे शेतकरीही भागीदार असतात. ब्राझीलमधील अद्यावत उत्पादन यंत्रणा इथे आणली तर त्याचे दुष्परिणाम त्यांच्यावर आणि ऊस उत्पादनावरही होतील. अशा परिस्थितीत जागतिक व्यापारी संघटनेबरोबर आपण जो शेतीमालासंबंधित करार केला आहे त्याचे पुनरवलोकन करून त्यात आवश्यक सुधारणा घडवून आणण्यासाठी शेतकरी, त्यांच्या संघटना यांनी एकत्र येऊन या प्रश्नाविषयी लाकेमत जागृत केले पाहिजे. सिएटल येथे जागतिक व्यापार परिषदेच्या अधिवेशनाच्या वेळी झालेल्या जोरदार निदर्शनांनी संबंधितांचे डोळे उघडले पाहिजेत.

३) संसदेचे मनोगत :

सामान्य माणसाशी सुतराम संबंध नसलेल्या अनेक क्षुद्र विषयांवर आपल्या संसदेत चर्चा झडतात. पण जागतिक व्यापार संघटनेशी शेतीसंबंधी झालेल्या कराराची चर्चा प्राधान्याने झाली पाहिजे असे संसदेला वाटत नाही. शेती हा आपल्या अर्थव्यवस्थेचा मूलाधार आहे. जपान आणि अमेरिकेसारख्या प्रगत राष्ट्रांनीही एप्रिल १९९४ मध्ये मर्रकेश येथे या करारावर सह्या करण्यापूर्वी आपापल्या पार्लमेंटमध्ये चर्चा घडवून आणून विचारविनिमय केला होता. पण आपल्या देशातील जनता आणि अर्थव्यवस्था यांना बाधा

आणणाऱ्या संवेदनशील प्रश्नांसंबंधी संसदेची सहमती न घेताच केलेल्या कराराबद्दल आपल्या सरकारला पश्चाताप होत नाही हे मोठेच आश्चर्य आहे. आपल्या इच्छाशक्तीला पक्षाघात झाल्याचे हे लक्षण आहे. आपल्या शेतकी अर्थव्यवस्थेच्या सर्व त्रुटी आणि गरजा यांची अभ्यासपूर्ण तयारी करूनच आपल्याला शेती करारासंबंधीचे पुनरवलोकन जोमदारपणे हाती घेतले पाहिजे. १९९५ साली मर्रकेश येथे करारावर सह्या होण्यापूर्वी 'गॅट' वाटाघाटींसाठी भारताने खंबीर नेतृत्व करावे अशी अपेक्षा अनेक विकसनशील देशांची होती, पण भारताने ही जबाबदारी टाळली. त्याचा परिणाम म्हणून ही सर्व विकसनशील राष्ट्रे असहायपणे मर्रकेश कराराच्या धारेला लागली आहेत.

या कराराचा फेरविचार करण्याची संधी आता नव्याने आपल्यासमोर आहे. १३ सप्टेंबर २००० या दिवशी शेतकरी, राजकीय कार्यकर्ते आणि अनेक स्वयंसेवी संस्था यांच्यासमोर या विषयावर आपले निवेदन मांडताना अन्न मंत्रालयाने या वाटाघाटींच्या पूर्ततेसाठी कालमर्यादा निश्चित केलेली नाही, असे जाहीर केले आहे. भारत सरकारची ही घोषणा एकतर्फी नसेल अशी आशा करूया. वाटाघाटींसाठीचा मसुदा डिसेंबर २००० अखेरपर्यंत संघटनेच्या सदस्य राष्ट्रांनी सादर करायचा आहे आणि त्या मसुद्यात बाजाराच्या संधिसवलती, स्वदेशी आधार, निर्यातीवरील अनुदाने आणि व्यापारी बाबी यांचा विशेष विचार होण्याची अपेक्षा आहे.

४) आवश्यक डावपेच :

या नव्याने सुरू होणाऱ्या पुनरवलोकनात भारताची उद्दिष्टे ही शेतकी उत्पादनांच्या व्यापाराचा अधिक समतोल आणि उदार कराराचा आराखडा, विकसित देशांतील निर्यातींना मिळणाऱ्या अनुदानात आणि उत्पादनांना दिल्या जाणाऱ्या सरकारी मदतीत घट आणि अन्नसुरक्षा व ग्रामीण रोजगार यांसारख्या बिगर व्यापारी बाबींना विशेष मान्यता, यांबाबत असायला हवीत. या कराराच्या पुनरवलोकनासाठी केल्या जाणाऱ्या वाटाघाटीत भाग घेताना भारताने तिपदरी डावपेच स्वीकारले पाहिजेत. शेती विकासासाठी देशी साहाय्याला (domestic support) पूर्ण स्वातंत्र्य, आयातीच्या महापुरातून शेतकऱ्यांना वाचविण्यासाठी आवश्यक ती लवचिकता आणि वाढत्या बाजार प्रवेशासाठी अधिक संधी शोधण्याचे स्वातंत्र्य, हे आपल्या वाटाघाटींचे मूलाधार असावेत.

सदर वाटाघाटींसाठी जाणाऱ्या सरकारी प्रवक्त्याने अन्नसुरक्षा आणि ग्रामीण जनतेचे उदरभरण यांच्या संबंधीच्या उचित सूत्रावर भर देऊनच आपली बाजू ठामपणाने मांडली पाहिजे. जोपर्यंत विकसित राष्ट्र निर्यातीवरील अनुदान विशिष्ट कालमर्यादेत रद्द करण्याचे अगर कमी करण्याचे आश्वासन देत नाहीत तोपर्यंत व्यापारी संघटनेने बसवलेले जे नवे जकातदर आहेत ते कमी करण्याच्या आग्रहाला आपण बळी पडता नये. याशिवाय आयातीचा लोंढा थांबविण्यासाठी नव्याने विचारपूर्वक सुरक्षायंत्रणा उभारली पाहिजे. प्रगत आणि अप्रगत देशांमधील आंतरराष्ट्रीय स्तरांवरील वाटाघाटी ही एक बौद्धिक लढाईच असते. विशेषतः ती आर्थिक समस्यांविषयी असेल आणि या दोन गटांच्या हितसंबंधांत संघर्ष असेल तर. म्हणून या प्रसंगी कराराचे मूळ मुद्दे वाटाघाटींसाठी पुढे ठेवायचे कागदपत्र तयार करणाऱ्यांनी मागील कराराचे कागदपत्र नीट अभ्यासले पाहिजेत, जागतिक व्यापारी संघटनेची सत्ये सहजपणे मान्य करून आणि त्यांच्या आक्रमक डावपेचांना रान मोकळे करून देऊन भारतासारख्या स्वतःच्या विकसनशील देशाचे हितसंबंध धोक्यात आणता कामा नयेत. विकसनशील राष्ट्रांच्या आकांक्षा डावलून बेरोजगारी आणि दारिद्र्य यांची या राष्ट्रांत वाढ होईल अशी पावले विकसित राष्ट्रांनी टाकली तर जागतिक व्यापारी संघटनेशी असलेल्या संबंधांचा फेरविचार केला जाईल. ही भूमिका मांडण्यास भारताने कचरता कामा नये.

सरावासाठी प्रश्न

प्र. १. खालील प्रश्नांची वीस शब्दात उत्तरे लिहा.

१) भारतातील कृषी विकासातील कोणतेही चार सद्यकालीन प्रवाह सांगा.
२) अन्न सुरक्षा म्हणजे काय?
३) पीक रचना म्हणजे काय?
४) जलव्यवस्थापन म्हणजे काय?
५) कृषीचे उद्योगावरील कोणतेही चार परिणाम सांगा.
६) उद्योगाचे कृषीवरील कोणतेही चार परिणाम सांगा.
७) कृषी आणि उद्योग यांच्यातील व्यापाराच्या कोणत्याही चार अटी सांगा.
८) शाश्वत शेती म्हणजे काय?
९) शाश्वत शेतीच्या कोणत्याही चार समस्या सांगा.
१०) जागतिक व्यापार संघटनेची स्थापना केंव्हा झाली?

प्र. २. खालील प्रश्नांची सविस्तर उत्तरे लिहा.

१) भारतातील कृषी विकासातील सद्यकालीन प्रवाह स्पष्ट करा.
२) अन्न सुरक्षा म्हणजे काय? भारतातील अन्न सुरक्षा विधेयकातील स्पष्ट करा.
३) अन्न सुरक्षेचे उद्दिष्ट प्राप्त करण्यातील समस्या विशद करा.
४) जागतिकीकरणाच्या संदर्भात भारतीय कृषी आणि अन्न सुरक्षा यावर चर्चा करा.
५) कृषी आणि उद्योग यांचे परस्परावलंबन स्पष्ट करा.
६) कृषी आणि उद्योग यांच्यातील व्यापाराच्या अटी सांगा.
७) शाश्वत शेती म्हणजे काय? शाश्वत शेतीची आवश्यकता स्पष्ट करा.
८) शाश्वत शेतीच्या समस्या तपशीलवार स्पष्ट करा.
९) भारतातील कृषी शिक्षण आणि संशोधनाचे महत्त्व अधोरेखित करा.
१०) जागतिक व्यापार संघटनेची कार्ये आणि करार स्पष्ट करा.
१०) भारतीय शेतीवरील जागतिक व्यापार संघटनेच्या करारांचे परिणाम विशद करा.

NOTES

www.ingramcontent.com/pod-product-compliance
Lightning Source LLC
LaVergne TN
LVHW082043051026
849532LV00011B/3466